1945
문예림

베트남어회화사전

초 판 인 쇄 : 2012년 08월 31일
초 판 발 행 : 2012년 09월 05일
저 자 : 송 정 남
발 행 인 : 서 덕 일
펴 낸 곳 : 도서출판 문예림
디 자 인 : 디자인콩
등 록 : 1962. 7. 12 제2-110호
주 소 : 서울특별시 광진구 군자동 1-13 문예하우스 101호
전 화 : (02)499-1281~2
팩 스 : (02)499-1283
http://www.bookmoon.co.kr.
E-mail : book1281@hanmail.net

ISBN 978-89-7482-674-1 (13790)
✱잘못된 책이나 파본은 교환해 드립니다.

저자소개

저자 **송 정 남**
- 한국외국어대학교 베트남어과 졸업 (문학사)
- 하노이국가대학교 역사과 졸업 (역사학박사)

– 저서 및 공저
- 베트남의 역사 (저서)
- 베트남의 토지제도 (저서)
- 베트남의 역사 읽기 (저서)
- 베트남 들여다 보기 (공저)
- 베트남 (공저)
- 동남아의 종교와 국가 (공저)
- 미국 밖에서 새로운 질서를 찾는 지도자들 (공저)
- 세계의 민간문화 (공저)
- 세계의 성문화 (공저)
- 세계의 장례문화 (공저)
- 세계의 혼인문화 (공저)
- 세계인의 에티켓문화 (공저)
- 한국인을 위한 베트남어 회화 I, II, III, IV (공저)
- 한국인을 위한 베트남어 길잡이 I, II (편저)
- 한국어 – 베트남어 사전 (공저)
- 고등학교 기초베트남 (공저)
- 고등학교 베트남어회화 1, 2 (공저)
- 고등학교 베트남어 작문 (공저)

머리말

금년은 우리가 통일 베트남과 수교를 맺은 지 20년째이다. 그동안 양국관계는 경제를 중심으로 많은 발전을 해왔다. 베트남 거주 한인이 10만에 이른 것이나, 한국인 남성과 다문화 가정을 이루는 여성 비율 중 베트남이 가장 높은 것도 그 결과다. 우리와 수교 역사가 훨씬 오래된 동남아시아의 어떤 나라도 이러지는 못하다. 양국 간 교류가 많아진 것은 과거 베트남전쟁의 특수와 1987년 개방의 특수라는 요인 등이 크게 작용했겠지만 그 이면에는 베트남이 우리와 같이 중국의 문화권에 속함으로써 역사, 문화, 사회 등에서 우리와 유사한 점들이 많은 것도 크게 작용했다고 본다.

그동안의 양국의 수교 결과가 말해주듯 국내에는 다양한 종류의 베트남어회화교재나 사전 등이 오프라인 혹은 온라인 형식으로 통용되고 있다. 하지만 전자에 속하는 단행권형태의 베트남어회화사전은 아직 출간되지 않은 것으로 알고 있다. 이 형태는 온라인 세대에 익숙하지 않거나 온라인 형식이 충족해주지 못한 여러 경우의 수를 예상하여 만들어졌다.

본 회화사전은 한국인이 베트남이나 한국 등지에서 베트남인과의 만남 시 대화내용을 상황별로 가정하여 구성하였다. 전체 내용은 크게 **11개 단원**으로 구성하였고, 각 단원은 다양한 소주제로 분류하였다. 따라서 독자들로 하여금 **상황별 · 주제별로 핵심적 대화**를 전개하는데 도움이 되도록 하였다. 물론 본 사전에 대한 이해가 된 독자라면 이를 바탕으로 다른 여타 상황과 주제에 상관없이 베트남인과 충분한 대화를 나눌 수 있을 것이다.

이 책이 나오기까지 여러 모양으로 수고해준 한국외국어대학교 박사과정에 있는 **Nguyễn Phương Lâm** 학생과 한국외국어대학교 베트남어과 소속 **Bùi Mạnh Hùng** 교수에게 감사한다. 또한 이 책의 발행을 기꺼이 허락해주신 도서출판 문예림의 서덕일 사장님께 깊은 감사를 드린다.

필자의 학문적 역량의 부족으로 미흡한 부분이 많은 바, 독자들의 비평과 충고를 수려하여 차후에 보완할 예정이다.

2012년 6월 30일
이문동 연구실에서 송정남

차례

베트남어 회화사전

01 인사표현

01 일상적인 인사

✚ 간단한 인사

- 안녕
  - ▶ Xin chào.
- 모두들 안녕!
  - ▶ Xin chào các bạn (các quí vị)!
- 저예요!
  - ▶ Tôi đây!
- 여기에 내가!
  - ▶ Tôi đây!
- 안녕! 잘 지내지?
  - ▶ Xin chào! Anh (chị) có khỏe không?
- 어떻게 지내?(1)
  - ▶ Dạo này thế nào?
- 어떻게 지내?(2)
  - ▶ Độ này thế nào?
- 너 좋아 보인다.
  - ▶ Trông bạn khỏe đấy.

✚ 아침·낮·저녁에 만났을 때

- 안녕하세요(아침)
  - ▶ Xin chào/ Chào ông (bà, anh, chị, ...).
- 안녕하세요(점심)
  - ▶ Xin chào.
- 안녕하세요(저녁)
  - ▶ Xin chào.

• 안녕히 주무세요.
  ▶ Chúc ngủ ngon.
• 안녕히 주무세요.
  ▶ Chúc ngủ ngon.

✚ 근황을 물을 때

• 잘 지내니?
  ▶ Khỏe không?
• (너) 아주 잘 지내지?
  ▶ (Bạn) khỏe chứ hả ?
• 잘 지내시죠?
  ▶ Anh (chị) vẫn khỏe chứ ạ?
• 모든 일이 어때?
  ▶ Mọi việc thế nào?
• 잘 지냅니다. 감사해요. 그런데, 당신은 요?
  ▶ Tôi vẫn ổn. Cảm ơn, còn anh (chị)?
• 건강은 어때요?(1)
  ▶ Anh (chị) khỏe không?
• 매우 건강합니다. 감사해요. 그런데 당신은 요?
  ▶ Tôi rất khỏe. Cảm ơn. Thế còn anh (chị)?
• 건강은 어때요?(2)
  ▶ Anh (chị) có khỏe không?
• 건강합니다. 감사해요. 그런데 당신은 요?
  ▶ Tôi khỏe, cảm ơn, thế còn anh (chị)?
• 최근에 바쁘셨죠?
  ▶ Dạo này, anh (chị) bận lắm phải không?
• 요즘에 뭐에 그리 빠져있었어요?
  ▶ Dạo này bận mải gì thế?
• 무엇 바쁘세요?
  ▶ Anh (chị) bận gì thế?

• 하노이에서의 생활은 좋습니까?
▶ Cuộc sống ở Hà Nội có tốt không?

• 네! 아주 좋아요.
▶ Vâng, tốt lắm ạ.

• 하롱베이에서의 여름휴가는 좋습니까?
▶ Chuyến nghỉ hè ở Hạ Long có thích không?

• 네! 좋습니다.
▶ Vâng, thích ạ.

✚ 안색을 살필 때

• 좋은 날씨입니다.
▶ Thời tiết đẹp.

• 건강하시죠?
▶ Có khỏe không ạ?

• 아주 좋습니다. 감사합니다.
▶ Tốt lắm, cảm ơn.

• 오늘 기분이 언짢아 보이는데…
▶ Hôm nay, trông tâm trạng có vẻ không vui ….

• 기운이 없어 보이네요.
▶ Trông có vẻ uể oải.

• 우울해 보인다.
▶ Trông có vẻ u sầu.

• 아주 좋아 보인다.
▶ Trông có vẻ rất phấn khởi.

• 아뇨, 아닙니다. 오늘 컨디션이 좋지 않아서 그래요.
▶ Không, không phải đâu. Đó là do điều kiện sức khỏe của tôi hôm nay không tốt nên mới thế.

• 무슨 일 있었니?
▶ Có chuyện gì thế?

• 무슨 일 있어?(1)
▶ Có chuyện gì?

• 무슨 일 있어?(2)
  ▶ Có việc gì?

✚ 처음 만났을 때

• 처음 뵙겠습니다.
  ▶ Rất hân hạnh được gặp.

• 만나서 반가워요!(상대방 여자)
  ▶ Rất hân hạnh được gặp chị (đối tượng là nữ)!

• 만나서 반가워요!(상대방 남자)
  ▶ Rất hân hạnh được gặp anh! (đối tượng là nam)

• 만나서 반갑습니다(화자는 남자).
  ▶ Rất hân hạnh được gặp (người nói là nam)

• 만나서 반갑습니다 (화자는 여자).
  ▶ Rất hân hạnh được gặp (người nói là nữ)

• 당신을 알게 되어 무척 기쁩니다.(1)
  ▶ Rất vui được làm quen với anh (chị).

• 당신을 알게 되어 무척 기쁩니다.(2)
  ▶ Rất vui được biết anh (chị).

• 인사를 드리게되어 기쁩니다.
  ▶ Rất vui được ra mắt chào anh (chị).

• 알게되어 반갑습니다.
  ▶ Rất hân hạnh được biết anh (chị).

• 만나서 반갑습니다.
  ▶ Rất hân hạnh được gặp.

• 처음 뵙겠습니다.
  ▶ Hân hạnh được gặp.

• 당신을 알게되어 영광입니다.

▸ Rất lấy làm vinh dự được biết anh (chị).

• 인사드리게 되어 매우 영광입니다.

▸ Rất hân hạnh được ra mắt chào anh (chị).

• 마침내, 당신을 알게되어 너무 흡족합니다.

▸ Rất mãn nguyện vì cuối cùng đã được biết anh (chị).

• 당신에 대해 많이 들었었습니다.

▸ Tôi đã nghe nói nhiều về anh (chị).

• 사람들이 제게 당신의 얘기를 많이 했었습니다.

▸ Mọi người đã nói nhiều với tôi về anh (chị).

• 어디서 오셨습니까?

▸ Anh (chị) từ đâu đến?

• 어디서 왔니?[어디 출신이니?]

▸ Từ đâu đến? (Quê ở đâu)

• 대한민국에서 왔습니다[출신입니다].

▸ Tôi đến từ Đại Hàn Dân Quốc (quê tôi là Hàn Quốc).

• 여기에 어떤 일로 왔니?

▸ Đến đây có việc gì?

• 여기에 어떤 일로 오셨습니까?

▸ Anh (chị) đến đây có việc gì?

• 여행하러 여기에 왔습니다.

▸ Tôi đến đây để tham quan.

• 얼마 동안 여행을 하실 것입니까?

▸ Anh (chị) sẽ tham quan du lịch trong bao lâu.?

• 일주일 동안 하노이를 구경할 것입니다.

▸ Tôi sẽ tham quan Hà Nội trong một tuần.

• 어디를 방문했었습니까?

▸ Anh (chị) đã đi thăm những đâu?

• 이미 역사 박물관과 문묘를 방문했었습니다.

▸ Tôi đã đi thăm Bảo tàng Lịch sử và Văn Miếu.

✚ 이름과 명함을 주고받을 때

- 성함이 어떻게 되시죠?
  - ▶ Tên anh (chị) là gì ạ?

- 나의 이름은 ~입니다.
  - ▶ Tên tôi là ~.

- 당신의 이름은?
  - ▶ Tên của anh?

- 성함 좀 알려주세요.
  - ▶ Xin cho biết quí danh.

- 댁의 이름은요?
  - ▶ Thế còn tên của anh (chị)?

- 댁의 성(姓)은요?
  - ▶ Thế còn họ của anh (chị)?

- 제가 댁의 이름을 물어볼 수 있을까요?
  - ▶ Tôi có thể hỏi quí danh của anh (chị) được không ạ?

- 제게 명함을 주실 수 있습니까?
  - ▶ Cho tôi xin danh thiếp được không ạ?

- 여기에 제 명함이 있습니다.
  - ▶ Đây là danh thiếp của tôi ạ.

✚ 전에 이야기를 들었을 때

- 너에 대한 이야기는 많이 들었었어.
  - ▶ Tôi đã nghe nói nhiều về bạn.

- 오래 전부터 널 만나고 싶었었어.
  - ▶ Từ lâu, tôi đã muốn được gặp bạn.

- 개인적으로 널 정말로 만나고 싶었어!
  - ▶ Với tư cách cá nhân, tôi rất muốn gặp bạn!

- 난 정말로 널 만나고 싶었어!
  - ▶ Tôi thực sự muốn gặp bạn!

- 사람들이 내게 너에 대해 많은 이야기를 해줬어!

▶ Mọi người nói với tôi nhiều về bạn!

03 소개할 때의 인사

✚ 자기소개의 기본 표현

- 전 화라고 합니다.
  ▶ Tôi tên là Hoa.

- 제 이름은 타잉입니다.
  ▶ Tên tôi là Thành.

- 제가 소개해도 되겠습니까? 전 란입니다.
  ▶ Xin tự giới thiệu được không? Tôi là Lan.

- 전 영어과 신입생입니다.
  ▶ Tôi là sinh viên mới của khoa tiếng Anh.

- 정중하게 인사드립니다.(1)
  ▶ Xin kính cẩn chào ông (bà).

- 이 기회를 빌어 매우 정중하게 인사드리고자 합니다.
  ▶ Nhân cơ hội này, xin được kính cẩn chào ông (bà).

✚ 자신에 대해 소개할 때

- 저는 한국 사람입니다.
  ▶ Tôi là người Hàn Quốc.

- 제 소개를 하겠습니다.
  ▶ Tôi xin tự giới thiệu.

- 저는 베트남어를 잘하지 못합니다.
  ▶ Tôi nói tiếng Việt không được giỏi.

- 저는 영어를 조금 합니다.
  ▶ Tôi nói được một chút tiếng Anh.

- 제가 소개해도 될까요? 전 란 입니다.
  ▶ Xin tự giới thiệu được không? Tôi là Lan.

• 제가 간단한 소개를 하도록 하겠습니다.
  ▶ Tôi xin giới thiệu một cách vắn tắt.

• 허락하신다면, 제 소개를 하겠습니다.
  ▶ Nếu được phép, tôi xin tự giới thiệu.

• 실례합니다. 제 소개를 하겠습니다. 전 란입니다.
  ▶ Xin lỗi, tôi xin tự giới thiệu. Tôi là Lan.

• 전에 우리 본적이 없는 것은 데요. 전 화라고 합니다.
  ▶ Trước đây chúng ta chưa từng gặp nhau. Tôi tên là Hoa.

• 안녕하세요. 당신은 김선생이 맞으시죠. 전 이 반 담당인 란 선생입니다.
  ▶ Xin chào. Anh có phải là thầy Kim không? tôi là Lan phụ
    trách lớp này.

✚ 다른 사람을 소개할 때

• 제 아내를 소개하겠습니다.
  ▶ Tôi xin giới thiệu vợ tôi.

• 이쪽은 타잉이고, 그리고 이쪽은 란입니다.
  ▶ Đây là Thành, còn đây là Lan.

• 홍 씨, 이 분이 루언 교수님입니다.
  ▶ Anh Hùng, đây là giáo sư Luận.

• 전 당신께서 홍 씨를 인사하시길 바랍니다.
  ▶ Tôi mong các bạn hãy làm quen với anh Hùng.

• 제가 제 친구 미잉을 소개해드려도 될까요?
  ▶ Cho phép tôi giới thiệu Minh, bạn tôi, được không?

• 제가 당신께 저희 회사 경영자이신 박 사장님을 소개하니 영광입니다.
  ▶ Tôi rất vinh dự được giới thiệu với các bạn, giám đốc Park,
    người lãnh đạo của công ty chúng tôi.

• 전에 안면들이 있으신가요?
  ▶ Các anh (chị) trước đây đã quen nhau chưa?

✚ 친구를 소개할 때

- 제 친구입니다.
  ▸ Đây là bạn tôi.

- 넌 김 선생님을 알고 있니?
  ▸ Bạn đã biết thầy Kim chưa?

- 네게 황을 소개할께.
  ▸ Để tôi giới thiệu Hoàng với bạn.

- 이 친구가 미잉야.
  ▸ Bạn này là Minh.

- 여기는 화고, 여기는 란이야.
  ▸ Đây là Hoa, còn đây là Lan.

- 화, 미잉을 아니?
  ▸ Hoa, có biết Minh không?

- 화, 내 친구 란을 소개하고 싶어.
  ▸ Hoa, tôi muốn giới thiệu Lan, bạn tôi.

- 미잉, 홍과 악수해!
  ▸ Minh, hãy bắt tay Hùng!

- 여러분께 제 친구 미잉을 소개하게 되어 영광입니다.
  ▸ Tôi rất vinh dự được giới thiệu Minh, bạn tôi với các bạn.

- 안녕, 홍. 이쪽은 내 동료 미잉. 우리는 대학동문이지.
  ▸ Xin chào, Hùng. Đây là Minh, đồng nghiệp của tôi. Chúng tôi là đồng môn đại học đấy.

✚ 상대를 알기 위한 질문

- 성함이 어떻게 되세요?
  ▸ Họ tên anh (chị) là gì ạ?

- 성함을 부탁합니다.
  ▸ Xin cho biết quí danh.

- 당신의 이름은 요?
  ▸ Tên của anh (chị)?

• 당신의 성(姓)은 요?
  ▶ Họ của anh (chị)?

• 당신의 성함은 요?(이름 + 성)
  ▶ Họ và tên của anh (chị)?

• 제가 성함을 여쭤봐도 되겠습니까?
  ▶ Cho phép tôi hỏi họ tên anh (chị) được không?

• 전에 우리 서로본 적이 없는 것 같습니다. 화입니다.
  ▶ Hình như trước đây chúng ta chưa gặp nhau. Tôi là Hoa.

• 누구시죠?
  ▶ Ai đấy ạ?

• 당신이 타잉씨입니까?
  ▶ Anh là Thành phải không?

• 제 이름은 란입니다.
  ▶ Tên tôi là Lan.

• 저는 훙입니다.
  ▶ Tôi là Hùng.

• 제 성(姓)은 조입니다.
  ▶ Họ của tôi là Cho.

• 제 이름은 상훈입니다.
  ▶ Tên tôi là Sang Hun.

• 저를 미 김라고 부르실 수 있습니다.
  ▶ Có thể gọi tôi là Mỹ Kim.

• 어디에서 오셨어요?
  ▶ Anh (chị) là người nước nào?

• 당신의 고향은 어디입니까?
  ▶ Quê của anh (chị) ở đâu?

• 무슨 일 하세요?
  ▶ Anh (chị) làm nghề gì?

• 하는 일에 어떻게 되시죠?
  ▶ Công việc anh (chị) đang làm là gì?

- 어디서 일하세요?
  ▶ Anh (chị) làm việc ở đâu?

- 어디서 공부하세요?
  ▶ Anh (chị) học ở đâu?

- 대학에서 무엇을 공부하세요?
  ▶ Anh (chị) học gì ở trường đại học?

- 어디 사세요?
  ▶ Anh (chị) sống ở đâu?

- 언제부터 여기에 계셨어요?
  ▶ Anh (chị) ở đây từ khi nào?

- 한국에 얼마나 머무르실 겁니까?
  ▶ Anh (chị) sẽ ở lại Hàn Quốc bao lâu?

- 한국에 오신 적이 있습니까?
  ▶ Anh (chị) đã từng đến Hàn Quốc chưa?

- 이번이 처음입니다.
  ▶ Đây là lần đầu tiên.

- 한국에 온지 3일되었습니다.
  ▶ Tôi đến Hàn Quốc đã được 3 ngày.

- 어디에서 머물고 계십니까?
  ▶ Anh (chị) nghỉ trọ ở đâu?

- 전 사보이 호텔에서 머물고 있습니다.
  ▶ Tôi đang nghỉ trọ ở khách sạn Savoy.

- 여기는 마음에 드세요?
  ▶ Ở đây, anh (chị) có hài lòng không?

- 서울에서 사는 것에 적응하셨어요?
  ▶ Anh (chị) đã thích ứng với cuộc sống ở Seoul chưa?

- 이곳의 기후에 적응하셨어요?
  ▶ Anh (chị) đã thích ứng với khí hậu ở đây chưa?

- 여가 시간에는 뭐하세요?
  ▶ Anh (chị) làm gì vào thời gian rảnh rỗi?

- 어떤 스포츠를 가장 좋아하세요?
  - ▶ Anh (chị) thích môn thể thao nào nhất?
- 일 때문에 여기에 계시나요?
  - ▶ Anh (chị) ở đây vì công việc phải không?
- (당신의) 일은 어떠세요?
  - ▶ Công việc của anh (chị) thế nào?

04 오랜만에 만났을 때 인사

✚ 오랜만에 만났을 때

- 이게 얼마만이야!
  - ▶ Bao lâu rồi thế này!
- 와! 얼마나 살이 빠진거야!
  - ▶ Oà, bạn giảm bao nhiêu cân thế này!
- 너 하나도 안변했다!
  - ▶ Bạn chẳng thay đổi chút nào cả!
- 너 못 본지가 여러 해 되었네!
  - ▶ Đã mấy năm rồi không gặp bạn!
- 우리가 못 본지가 얼마나 되었는지?
  - ▶ Chúng ta không gặp nhau bao lâu rồi nhỉ?
- 안녕! 너 못 본지가 꽤되었다!
  - ▶ Xin chào, đã lâu lắm rồi không gặp bạn!
- 다시 널 보게되어 기쁘다.
  - ▶ Gặp lại bạn, tôi mừng quá.
- 건강한 모습을 뵙게 되어 무척 기쁩니다.
  - ▶ Gặp lại, thấy bạn khoẻ thế này, tôi mừng quá.
- 말해봐라, 어떻게 지내고 있는 거야?!
  - ▶ Nói đi, cuộc sống của bạn thế nào?
- 지금은 뭐하고 지내?

▸ Dạo này bạn làm gì?

• 아직도 같은 회사에서 계속 근무하고 있어?

▸ Bạn vẫn tiếp tục làm việc ở một công ty à?

• 아직도 전화번호가 똑같은가?

▸ Số điện thoại của bạn vẫn thế chứ?

• 애들은 모두 잘 있지?

▸ Các cháu khỏe cả chứ?

✚ 우연히 만났을 때

• 실례합니다[= 저기요].

▸ Xin lỗi.

• 당신을 여기서 보게되다니(놀랐어요)!

▸ Sao lại gặp anh (chị) ở đây! (ngạc nhiên)

• 너무 놀랍다! 얼마만이야!

▸ Bất ngờ quá! bao lâu rồi nhỉ!

• 널 여기서 보게되다니, 너무 좋다!

▸ Gặp được bạn ở đây, hay quá!

• 널 보게되어 너무 좋다.

▸ Được gặp bạn, vui quá!

• 네가 여기에 있다니! 난 믿을 수가 없어!

▸ Bạn ở đây ư, tôi không thể tin được!

• 당신을 여기서 보리라고는 상상도 못했어요.

▸ Thật không thể tưởng tượng được lại gặp anh(chị) ở đây.

• 당신을 여기서 볼 수 있을 것이라고는 절대 상상도 안 했었습니다.

▸ Tôi chưa bao giờ tưởng tượng được lại có thể gặp anh (chị) ở đây.

• 당신을 여기서 보게되어 너무 놀라워요!

▸ Thật bất ngờ vì gặp anh (chị) ở đây!

• 이 도시에서 뭐하고 있는 거예요?

▸ Anh (chị) làm gì ở thành phố này?

- 근래에 어디에 (푹)빠져있었던 거야?
  ▶ Gần đây, bạn bận mải ở đâu đấy?

- 뭐에 바쁜거야?
  ▶ Bận gì thế?

- 학교에 있어야 하는 거 아니었나?
  ▶ Chẳng phải bạn phải có mặt ở trường ư?

- 이 시간에 회사에서 일하고 있는 거 아니었나요?
  ▶ Chẳng phải giờ này bạn phải làm việc ở công ty ư?

✚ 상대방의 안부를 물을 때

- 안녕하지?
  ▶ Khỏe chứ?

- 안녕하시죠?
  ▶ Anh (chị) khỏe chứ?

- 잘 지내죠?
  ▶ Vẫn ổn chứ ạ?

- 건강하시죠?
  ▶ Vẫn khỏe chứ ạ?

- 좀 좋아지셨어요?
  ▶ Có khá hơn không ạ?

- 아주 좋아요!
  ▶ Khá lắm!

- 좋아요!
  ▶ Tốt!

- 그저 그래요!(1)
  ▶ Cũng bình thường.

- 그저 그래요!(2)
  ▶ Cũng thường thôi.

- 특별한 일이 없어요.
  ▶ Không có gì đặc biệt.

- 안 좋아요!
  ▸ **Không tốt!**
- 아주 안 좋아요!
  ▸ **Rất không tốt!**
- 좋아지고 있습니다.
  ▸ **Đang khá hơn.**
- 더 좋을 수는 없습니다.
  ▸ **Không thể tốt hơn nữa.**
- 평상시와 다를바 없어요.
  ▸ **Vẫn như mọi khi.**
- 해야할 일이 많아요.
  ▸ **Việc phải làm còn nhiều.**
- 해야할 많은 것들이 있어요.
  ▸ **Có nhiều việc phải làm.**
- 너무 바빴어요.
  ▸ **Bận quá**
- 숨쉴 시간도 없어요.
  ▸ **Bận không kịp thở.**
- 너무 걱정이 많아요.
  ▸ **Lo lắng nhiều quá.**

✚ 타인의 안부를 물을 때

- 부인께서는 안녕하시지요?
  ▸ **Phu nhân (vợ anh) vẫn khỏe chứ ạ?**
- 매우 좋으세요.
  ▸ **Rất khỏe ạ.**
- 남편께서는 안녕하시지요?
  ▸ **Chồng chị (bà) vẫn khỏe chứ ạ?**

부인	Phu nhân
가족	Gia đình

형제	Anh em
자매	Chị em
부모	Bố mẹ
할아버지	Ông
할머니	Bà

- 건강이 좋지 못합니다.
  - ▶ Sức khỏe không tốt.
- 가족은 안녕하지요?
  - ▶ Gia đình có khỏe không ạ?
- 모두 건강합니다.
  - ▶ Tất cả đều khỏe.

05 헤어질 때의 인사

✚ 헤어질 때

- 안녕히 가세요!
  - ▶ Tạm biệt!
- 잘 가!
  - ▶ Đi nhé!
- 또 보자!
  - ▶ Hẹn gặp lại nhé!
- 우리 곧 보자!
  - ▶ Chúng ta sẽ sớm gặp lại!
- 내일 보자!
  - ▶ Hẹn gặp lại ngày mai!
- 수요일에 보자!
  - ▶ Hẹn gặp lại ngày thứ tư!
- 조심해서 가!

▸ Đi cẩn thận nhé!

• 나대신 란에게 인사 전해 줘!
▸ Cho tôi gửi lời hỏi thăm Lan nhé!

• 이제 작별 인사할 때가 되었습니다.
▸ Giờ đã đến lúc chia tay rồi.

• 떠나자니 너무 섭섭합니다.
▸ Tiếc quá vì phải chia tay ở đây.

• 난 우리가 작별인사를 말할 시간이라는 것이 싫다.
▸ Tôi không thích thời khắc chúng ta phải nói lời chia tay.

• 제 부모님께서 당신께 대신 인사하라고 하셨습니다.
▸ Bố mẹ tôi gửi lời chào anh (chị).

✚ 밤에 헤어질 때

• 너무 늦었다. 우리 가자고!
▸ Muộn quá rồi. Chúng ta về thôi!

• 조심해서 가!
▸ Đi cẩn thận nhé!

• 미안합니다. 벌써 시간이 되었군요. 우리 가야함합니다.
▸ Xin lỗi. Đã đến giờ rồi. chúng ta phải về thôi.

✚ 다시 만날 것을 기대하며 헤어질 때

• 우리 또 봐요!
▸ Chúng ta gặp lại sau nhé!

• 나중에 봐!
▸ Hẹn gặp lại nhé!

• 그때 가서 봐!
▸ Đến khi đó gặp lại nhé!

• 곧 보자
▸ Hẹn sớm gặp lại nhé!

• 아주 빨리 보자!

▷ Mau gặp lại nhé!

• 내일 봐!

▷ Mai gặp lại nhé!

• 좋은 하루 보내!

▷ Chúc một ngày vui vẻ.

• 우리 곧 봐요!

▷ Chúng ta sớm gặp lại nhé!

• 우리 나중에 봐요!

▷ Chúng ta gặp lại sau nhé!

✚ 연락을 바라며 헤어질 때

• 전화해!

▷ Gọi điện nhé!

• 내게 편지하는 것 기억해라!

▷ Nhớ viết thư cho tôi nhé!

• 우리 서로 계속 연락하자고요!

▷ Chúng ta sẽ tiếp tục liên hệ với nhau nhé!

• 집에 도착할 때 전화드릴께요.

▷ Về đến nhà tôi sẽ gọi điện lại.

• 제게 편지하는 것 잊지 마세요.

▷ Đừng quên gửi thư cho tôi nhé.

• 시간 있을 때 제게 오세요.

▷ Khi nào có thời gian đến chơi với tôi nhé.

✚ 안부를 전할 때

• 네 형에게 안부 전해 줘.

▷ Cho tôi gửi lời hỏi thăm anh của bạn.

• 제 이름으로 각별한 안부를 전해주세요.

▷ Hãy chuyển lời thăm hỏi đặc biệt của tôi.

• 진심으로 안부를 전합니다.

▶ Chân thành chuyển lời hỏi thăm.

애정(이 담긴) 안부	Lời thăm hỏi ân tình
존경의 인사[안부]	Lời chào trân trọng/ thăm hỏi trân trọng
정중한 인사[안부]	Lời chào kính cẩn/ thăm hỏi trịnh trọng

• 자네의 부모님을 뵙게 될 때, 내 대신 안부전해 주게.

▶ Khi nào gặp bố mẹ bạn, hãy cho tôi gửi lời hỏi thăm.

• 나대신 란 에게 인사 전해줘!

▶ Hãy chuyển lời hỏi thăm của tôi tới Lan!

• 제 부모님께서 당신께 대신 인사하라고 하셨습니다.

▶ Bố mẹ tôi gửi lời chào anh (chị).

✚ 전송할 때

• 좋은 여행되세요!

▶ Chúc một chuyến đi (du lịch) vui vẻ!

• 안녕히 가세요!

▶ Tạm biệt!

• 여행 맘껏 즐겨요!

▶ Du lịch vui thoả thích nhé!

• 행운이 함께 하기를!

▶ Chúc may mắn nhé!

• 하나님이 동행하실 꺼야!

▶ Chúa trời sẽ phù hộ đấy!

• 공항에 나와주셔서 대단히 감사합니다.

▶ Cảm ơn vì đã đưa tôi ra sân bay.

• 저 이만 가겠습니다.

▶ Thôi, tôi đi đây.

✚ 고마울 때

- 대단히 고맙습니다.
  - ▶ Rất cảm ơn.

- 정말로, 좋습니다. 감사합니다.
  - ▶ Thực sự tốt quá. Xin cảm ơn.

- 감사합니다. 아주 좋습니다.
  - ▶ Cảm ơn. Tốt quá.

- 매우 감사합니다. 더 좋을 수는 없습니다.
  - ▶ Rất cảm ơn. Không gì tốt hơn thế này.

- 좋아지고 있습니다. 감사합니다.
  - ▶ Tốt (khá) hơn rồi, cảm ơn.

✚ 친절과 수고에 대해 감사할 때

- 당신께 경의를 표합니다.
  - ▶ Xin bày tỏ lòng thành kính đối với ngài.

- 친절함에 감사 드립니다.
  - ▶ Xin cảm ơn lòng tốt.

- 도움에 감사 드립니다.
  - ▶ Cảm ơn sự giúp đỡ.

- 환영해주셔서 감사합니다.
  - ▶ Cảm ơn vì đã đón tiếp.

- 여러모로 감사합니다.
  - ▶ Cảm ơn vì mọi điều.

- 정말 즐거웠습니다.
  - ▶ Thực sự đã rất vui.

- 몇 일 동안 정말 즐거웠습니다.
  - ▶ Mấy ngày vừa qua, tôi đã rất vui.

- 베풀어주신 호의를 잊지 않겠습니다.
  - ▶ Tôi sẽ không quên lòng tốt giúp đỡ của anh(chị).

✚ 도움이나 행위에 대해 감사할 때

- 고마워!
  - ▶ Cảm ơn!
- 도와줘서 고마워!
  - ▶ Cảm ơn vì đã giúp đỡ.
- 너무 친절하다.
  - ▶ Anh (chị) thật tử tế!
- 네가 그것을 하다니, 고맙다.
  - ▶ Nghe nói bạn đã làm việc đó, xin cảm ơn.
- 당신에 협력에 감사드려요.
  - ▶ Cảm ơn về sự hỗ trợ của anh(chị).
- 호의에 감사 드려요.
  - ▶ Xin cảm ơn ý tốt/lòng tốt.

	[cảm ơn về + 인사]
당신의 말씀에	Lời nói/ câu nói của anh(chị)
당신의 친절에	Sự tử tế của anh (chị)
당신의 요청에	Yêu cầu của anh(chị)
사랑이 넘치는 편지에	Bức thư chan chứa tình yêu thương
당신의 호의에	ý tốt/ lòng tốt của anh(chị)
격려에	Sự khích lệ
시간 할애에	Đã giành thời gian
당신의 초청에	Lời mời/ thư mời của anh
당신의 축하에	Lời chúc/ sự chúc mừng của anh

- 귀하의 호의에 대단히 감사드립니다.
  - ▶ Rất cảm ơn lòng tốt của ngài.
- 친절하신 협력에 대단히 감사 드립니다.
  - ▶ Rất cảm ơn sự hợp tác chân tình.

• 저희 요청에 대하여 신속한 회답을 주셔서 대단히 감사 드립니다.

  ▶ Rất cảm ơn vì đã nhanh chóng hồi đáp lại yêu cầu của chúng tôi.

• 저희 제의에 대해 긍정적 회답을 주셔서 대단히 감사 드립니다.

  ▶ Rất cảm ơn vì đã phản hồi tích cực đối với đề nghị của chúng tôi.

✚ 감사의 선물을 줄 때

• 네게 줄 작은 거 하나 샀다.

  ▶ Tôi đã mua một món quà nhỏ cho bạn.

• 네게 줄 작은 선물 하나 가져왔다.

  ▶ Tôi mang tới một món quà nhỏ cho bạn.

• 너를 위한 깜짝 선물이다.

  ▶ Đây là món quà bất ngờ dành cho bạn.

• 네가 좋아했으면 좋겠다.

  ▶ Mong rằng bạn sẽ thích.

• 단지 기념품일 뿐이야.

  ▶ Chỉ là món quà kỷ niệm thôi.

• 네게 유용하길 바란다.

  ▶ Mong rằng nó sẽ có ích với bạn.

• 날 잊지 말라고 주는 거야.

  ▶ Tôi tặng để bạn đừng quên tôi.

✚ 감사의 선물을 받았을 때

• 전 깜짝 선물이 너무 좋아요.

  ▶ Tôi rất thích món quà bất ngờ.

• 열어 볼 수 있을 까요?

  ▶ Tôi mở xem được không?

• 너무 예쁘다. 고맙습니다.

  ▶ Đẹp quá. Cảm ơn.

• 봐봐! 내가 원했었던 바로 그거야.

▶ Ôi, ôi! chính là cái tôi đang cần đấy.

• 당신의 선물에 감사합니다.
　▶ Cảm ơn món quà của bạn.

• 제 딸에게 보내주신 선물에 대단히 감사합니다.
　▶ Rất cảm ơn về món quà gửi cho con gái tôi.

• 훌륭한 선물을 주신데 대해 진심으로 감사드립니다.
　▶ Xin chân thành cảm ơn về món quà tuyệt vời.

• 보내주신 훌륭한 선물에 대단히 감사 드립니다.
　▶ Rất cảm ơn về món quà tuyệt vời của anh (bạn).

✚ 감사에 대해 응답할 때

• 별말씀을[천만에](1).
　▶ Có gì đâu.

• 별말씀을[천만에](2).
　▶ Không có gì.

• 제가 즐거웠습니다.
　▶ Tôi rất vui.

07 사과와 사죄의 인사

✚ 미안함을 표시할 때

• 죄송합니다.
　▶ Xin lỗi.

• 양해바랍니다.
　▶ Xin thứ lỗi.

• 미안합니다.
　▶ Xin lỗi.

• 제 잘못입니다.
　▶ Đó là lỗi tại tôi.

• 무슨 말을 해야할지 모르겠다.

  ▶ Tôi không biết phải nói thế nào.

• 고의가 아니었습니다.

  ▶ Tôi không cố ý.

• 악한 의도가 아니였어.

  ▶ Tôi không có ý xấu/ tôi không có ác ý.

• 악의로 그것을 하지 않았어.

  ▶ Tôi không làm điều đó vì ác ý đâu.

• 악한 마음으로 그것을 하지 않았어.

  ▶ Tôi không làm điều đó với ý đồ xấu đâu.

• 모든 것이 제 잘못입니다.

  ▶ Tất cả là do lỗi của tôi.

• 네게 내 실수의 용서를 구한다.

  ▶ Tôi mong bạn lượng thứ cho sơ xuất của tôi.

• 내 용서를 받아 줘, 부탁이다.

  ▶ Xin hãy chấp thuận lời xin lỗi của tôi.

• 네 마음을 상하게 하고 싶지 않았어.

  ▶ Tôi không muốn làm tổn thương bạn.

• 네게 맹세할게 다시는 그것을 하지 않는다고.

  ▶ Tôi hứa với bạn tôi sẽ không làm điều đó nữa.

• 사실은 내가 잘못을 했단다. 용서해 줘!

  ▶ Thật sự tôi đã sai rồi, xin hãy tha thứ cho tôi!

✚ 실례를 구할 때

• 실례했습니다.

  ▶ Xin thứ lỗi.

• 실례합니다(1).

  ▶ Xin lỗi.

• 실례합니다(2).

  ▶ Xin lỗi.

- 실례합니다(3).
  - ▶ Xin lỗi.
- 실례하지만, 창문을 열어도 될까요?
  - ▶ Xin lỗi, tôi mở cửa sổ được không?
- 실례하지만, 담배를 피워도 될까요?
  - ▶ Xin lỗi, hút thuốc lá được không ạ?
- 실례하지만, 여기에 앉아도 될까요?
  - ▶ Xin lỗi, tôi ngồi đây được không?
- 잠깐 기다려 주세요.
  - ▶ Xin đợi một lát.

✚ 사과·사죄의 말에 응답할 때

- 괜찮아요.
  - ▶ Không sao.
- 마음 두지 마세요.
  - ▶ Đừng bận tâm.
- 걱정하지 마세요.
  - ▶ Đừng lo lắng.
- 중요한 것도 아니다.
  - ▶ Không quan trọng đâu.
- 별일이 아니다(1).
  - ▶ Không có gì đặc biệt đâu.
- 별일 아니다(2).
  - ▶ Không có gì nghiêm trọng đâu.
- 문제없다.
  - ▶ Không có vấn đề gì.
- 이제 그것 잊어버려.
  - ▶ Thôi, quên chuyện đó đi.
- 이제 그것 잊어버렸어.
  - ▶ Giờ tôi đã quên chuyện đó rồi.

✚ 축하할 때

- 축하해!

  ▶ Chúc mừng!

- 대단히 축하합니다.

  ▶ Nhiệt liệt chúc mừng.

- 축하합니다.

  ▶ Chúc mừng.

- 생일 축하합니다.

  ▶ Chúc mừng sinh nhật.

메리 크리스마스	Chúc mừng giáng sinh
행복한 새해	Chúc mừng năm mới
즐거운 기념일	Ngày kỷ niệm vui vẻ

- 네게 축하를 보낸다.

  ▶ Gửi lời chúc mừng đến bạn.

- 온 마음으로 네게 축하를 보낸다.

  ▶ Gửi lời chúc mừng đến bạn với tất cả tấm lòng.

✚ 축복을 기원할 때

- …하길 바란다.

  ▶ Mong rằng...

- …하길 희망한다.

  ▶ Hy vọng rằng...

- 운이 있길!

  ▶ Chúc may mắn!

- 행운이 있길!

  ▶ Chúc may mắn!

- 네가 행운이 있기를 바란다!
  ▶ Chúc bạn gặp may mắn!

- 네게 행운이 있길!
  ▶ Chúc may mắn sẽ đến với bạn!

- 운이 많이 따르길 바란다!
  ▶ Chúc bạn gặp nhiều may mắn!

- 행복하고 번창하는 새해를 기원합니다.
  ▶ Chúc năm mới hạnh phúc và thịnh vượng.

- 네가 행복한 기념일을 보내길 바란다.
  ▶ Chúc bạn có một ngày kỷ niệm thật hạnh phúc.

- 네가 행복한 새해를 가지길 바래!
  ▶ Chúc bạn một năm mới hạnh phúc!

- 행운이 너와 함께 하기를!
  ▶ Chúc may mắn luôn đến với bạn!

✚ 환영할 때

- 환영합니다!
  ▶ Chào mừng!

[Chào mừng bạn đến + 장소: ~로 오신것을 환영합니다]	
대한민국에	Đại Hàn dân quốc
제 집에	Nhà tôi
제 사무실에	Văn phòng của tôi
리셉션에	Quầy lễ tân
저희 학교에	Trường chúng tôi
저희 회사에	Công ty chúng tôi

- 뜨겁게 환영합니다(개인에게)!
  ▶ Nhiệt liệt chào đón (với cá nhân)!

- 뜨겁게 환영합니다(단체에게)!
  ▶ Nhiệt liệt chào mừng (với tập thể)!

- 여러분께 뜨거운 환영인사를 드립니다!

▶ Chúng tôi xin nhiệt liệt chào mừng các qui vị!

• 제가 (대표로) 여러분께 우리의 뜨거운 환영인사를 보냅니다!

▶ Tôi xin thay mặt ... gửi tới quí vị lời chào nồng nhiệt!

09 화장실 이용

✚ 위치를 물을 때

• 화장실이 어디에 있나요?

▶ Nhà vệ sinh ở đâu ạ?

• 이 음식점 안에 화장실이 있나요?

▶ Trong nhà hàng này có nhà vệ sinh không?

• 화장실 문이 어떤 거죠?

▶ Cái nào là cửa nhà vệ sinh?

• 이 근처에 공중 화장실이 없습니까?

▶ Ở gần đây có nhà vệ sinh công cộng không?

• 몇 층에 화장실이 있습니까?

▶ Nhà vệ sinh ở tầng mấy?

✚ 화장실에 가고자 할 때

• 잠시만 기다려 주세요.

▶ Xin đợi tôi một chút.

• 잠시만. 손을 좀 씻으러 갈께요.

▶ Xin lỗi, tôi đi rửa tay một chút.

• 조그만 기다려, 화장실 좀 갈게.

▶ Xin chờ một chút. Tôi đi vệ sinh.

• 화장실을 가고 싶습니다.

▶ Tôi muốn đi vệ sinh.

• 화장실 좀 사용해도 되겠습니까?

▶ Tôi dùng nhà vệ sinh được không?

✚ 화장실에서 문제가 있을 때

- 화장실이 너무 지저분합니다.
  ▶ Nhà vệ sinh bẩn quá.
- 화장실에 휴지가 없습니다.
  ▶ Trong nhà vệ sinh không có giấy.
- 변기가 고장입니다.
  ▶ Bồn cầu bị hỏng.
- 화장실 물이 내려가지 않습니다.
  ▶ Nước trong nhà vệ sinh không xả được.

02 화술표현

01 사람을 부를 때

✚ 인사를 하여 부를 때

- 안녕하세요!
  ▶ Chào anh (chị ông, bà, …)!
- 여기 분이세요 ?
  ▶ Anh (chị) là người ở đây phải khôngí?
- 여기 출신이니 ?
  ▶ Anh (chị) sinh ra ở đây phải không?

✚ 모르는 사람을 부를 때

- 안녕하세요?
  ▶ Chào anh (chị)?
- 저, 실례합니다 .
  ▶ Xin lỗi.
- 이봐 , 들려 !
  ▶ Này, có nghe thấy không!?
- 실례합니다 , 실은 제가 여기 출신이 아닙니다 .
  ▶ Xin lỗi, tôi không phải là người ở đây.
- 그런데 제게 … 를 말씀해 주실 수 있겠습니까 ?
  ▶ Nhưng, làm ơn nói … cho tôi được không?

✚ 호칭을 부를 때

- 안녕하세요 . 남씨 .
  ▶ Chào anh Nam.
- 안녕하세요 . 링 여사 .
  ▶ Chào bà Linh.

- 안녕하세요 . 투 양 .
  ▶ Chào Thu.
- 반갑습니다 . 루언 박사님 .
  ▶ Rất vui được gặp anh, tiến sỹ Luân.
- 잘가요 . 란.
  ▶ Về nhé, Lan.
- 잘가요 . 미잉 .
  ▶ Về nhé, Minh.

02 말문을 틀 때

✚ 말을 걸 때

- 날씨가 추워요 !
  ▶ Thời tiết lạnh quá!

[날씨 명사/형용사 + quá + = 너무 ~하죠]	
덥죠	Nóng nhỉ
선선해요	Mát mẻ
바람이 불어요	Có gió
건조해요	Độ ẩm cao, khô
습해요	Độ ẩm thấp, ẩm thấp

- 비가 올 것 같죠 ?
  ▶ Có lẽ có mưa?

- 담배를 좀 펴도 괜찮겠습니까 ?
  ▶ Tôi hút thuốc lá có được không?

- (담배) 불 좀 있으세요 ?
  ▶ Anh có lửa không/ Cho tôi xin tí lửa?

- 몇 시죠 ?
  ▶ Mấy giờ rồi?

- .... 아세요?
  - ▶ Có biết ..... không?

- 무슨 일이 일어 난지 아세요 ?
  - ▶ Có biết chuyện gì xảy ra thế không?

- 넌 그것을 믿을 수 없을 것입니다 .
  - ▶ Có lẽ bạn không tin được chuyện đó đâu.

- 믿기에 정말 어려워요 !
  - ▶ Thật khó tin!

- 무슨 일이 있었는지 들었어 ?
  - ▶ Bạn đã nghe chuyện gì xảy ra chưa?

- 홍이가 내게 말한 것을 넌 믿지 못할꺼야 .
  - ▶ Bạnsẽ không thể tin điều Hùng nói với tôi đâu.

- 내가 무엇을 봤는지 맞춰봐 .
  - ▶ Thử đoán xem tôi đã nhìn thấy gì.

- 넌 내가 들은 것을 상상할 수 없을 꺼야 .
  - ▶ Bạn không thể tưởng tượng tôi đã nghe được gì đâu.

- 마지막 시간의 정보를 가지고 있니 ?
  - ▶ Có thông tin cập nhật nh sau cùng không?

- 대단한 소식을 들었니 ?
  - ▶ Bạn đã nghe thông tin quan trọng chưa?

- 누가 네게 그것을 말했니 ?
  - ▶ Ai đã nói với bạn?

✚ **대화 도중에 말을 걸 때**

- 잠시만 , 죄송합니다 .
  - ▶ Xin lỗi, đợi một chút.

- 말씀 중에 실례해도 될까요 ?
  - ▶ Xin lỗi tôi ngắt lỗi được không?

- 죄송합니다만 , 제게 대화에 끼어도 될까요 ?
  - ▶ Xin lỗi, cho tôi nói xen vào được không?

- 김 선생님 , 저와이야기를 좀 하실 수 있을 까요 ?
  - ▶ Thầy Kim, nói chuyện với tôi một lát được không?

✚ 대화에 동참시킬 때

- 시간 있니 ?
  - ▶ Có thời gian không?
- 우리 잠깐 이야기할 수 있나요 ?
  - ▶ Chúng ta có thể nói chuyện một lát được không?
- 이 문제에 관해 당신과 이야기할 수 있을까요 ?
  - ▶ Tôi có thể nói chuyện với anh (chị) về vấn đề này được không?
- 대화하기 좋은 어떤 것을 생각해 봅시다 .
  - ▶ Chúng ta hãy thử nghĩ xem có điều gì hay để nói chuyện.
- 흥미로운 주제인가요 ? 맞죠 ?
  - ▶ Có phải là chủ đề thú vị không? phải không?
- 우리 얘기하자고요 .
  - ▶ Chúng ta hãy nói chuyện.
- 우리 대화에 함께 하겠어요 ?
  - ▶ Chúng ta cùng nói chuyện nhé?
- 당신과 얘기 좀할 수 있을까요 ?
  - ▶ Tôi có thể nói chuyện với anh được không?
- 넌 우리와 이 문제에 관해 대화하는데 관심이 있니 ?
  - ▶ Bạn có muốn bàn về vấn đề này với chúng tôi không?

✚ 용건을 물을 때

- 제가 도와드릴 것이 있습니까 ?
  - ▶ Tôi có thể giúp gì không?
- 저한테 뭔가 이야기하고 하고 싶으세요 ?
  - ▶ Anh (chị) có chuyện gì muốn nói với tôi?
- 무슨 말을 하고 싶은신 거죠 ?

▶ Anh (chị) muốn nói gì?

• 난처하신 것 같은데 , 제가 도와드릴까요 ?

▶ Hình như có gì khó khăn, tôi giúp được không?

✚ 모르는 사람에게 말을 걸 때

• 실례합니다!

▶ Xin lỗi!

• 부탁인데요!

▶ Xin giúp tôi một chút!

• 어이!

▶ Này!

• 어이, 너!

▶ Này, bạn!

• 이봐!

▶ Nhìn này!

• 여기는 처음이 신가요?

▶ Anh (chị) đến đây lần đầu tiên à?

• 한국어로 말할 수 있나요 ?

▶ Có nói tiếng Hàn Quốc được không?

• 신문 읽으시겠어요 ?

▶ Anh (chị) có đọc báo không?

• 날씨가 좋죠 . 안 그런가요 ?

▶ Chẳng phải, thời tiết rất đẹp ư?

03 질문과 설명

✚ 질문할 때

• 이것은 무엇입니까 ?

▶ Cái này là cái gì?

• 이것은 무엇을 의미합니까 ?
  ▶ Cái này có nghĩa là gì?

• 이것을 베트남어로 뭐라고 합니까 ?
  ▶ Cái này tiếng Việt nói thế nào?

• 이 머리 글자들은 무엇을 의미합니까 ?
  ▶ Chữ cái đầu này có nghĩa gì thế?

• 질문이 있습니다 .
  ▶ Tôi có câu hỏi.

• 질문 하나 해도 될까요 ?
  ▶ Tôi hỏi một câu được không?

• 구체적인 질문을 몇 개 더 하고자 합니다 .
  ▶ Tôi muốn hỏi thêm mấy câu hỏi cụ thể.

• 질문을 잘 들으세요 !
  ▶ Xin hãy lắng nghe câu hỏi!

• 제 질문에 대답하세요 !
  ▶ Xin hãy trả lời câu hỏi của tôi!

• 누가 질문하고 싶습니까 ?
  ▶ Ai muốn hỏi?

✚ 질문받을 때

• 질문 없습니까 ?
  ▶ Không có câu hỏi ư?

• 다른 질문 없습니까 ?
  ▶ Có câu hỏi nào khác không ạ?

• 다음 질문 하세요 .
  ▶ Hãy đến câu hỏi tiếp theo.

• 질문 있으면 , 손을 드세요 .
  ▶ Nếu có câu hỏi, xin hãy giơ tay.

• 여기까지 다른 질문 없습니까 ?
  ▶ Đến đây, có hỏi gì không ạ?

✚ 질문에 답변할 때

- 좋은 질문입니다 .
  ▶ Đó là câu hỏi hay.

- 더 이상 묻지 마세요 .
  ▶ Đừng hỏi thêm nữa.

- 더 답변하고 싶지 않습니다 .
  ▶ Tôi không muốn trả lời thêm.

- 뭐라고 대답해야 좋을지 모르겠습니다 .
  ▶ Tôi không biết phải trả lời thế nào cho phải.

- 말하지 않겠습니다 .
  ▶ Tôi sẽ không nói.

- 곧 알게될 것입니다 .
  ▶ Anh (chị) sẽ sớm biết.

- 가능하면 빨리 답변하도록 하겠습니다 .
  ▶ Nếu được tôi sẽ trả lời thật nhanh.

- 이유를 말씀해 드릴 수 없습니다 .
  ▶ Tôi không thể nói lý do.

✚ 설명을 요구할 때

- ... 에 대해 좀 더 설명해 주시겠습니까 ?
  ▶ Có th ể nói rõ hơn về ... được không ạ?

- 이유를 설명해 주실 수 있습니까 ?
  ▶ Xin hãy giải thích lý do cho tôi được không?

- 간단히 설명해 보세요 .
  ▶ Xin hãy giải thích vắn tắt.

- 더 자세히 말씀해 주세요 .
  ▶ Xin hãy nói rõ hơn cho tôi.

- 요점에 벗어났습니다 .⑴
  ▶ Đã ra ngoài trọng tâm.

- 요점에 벗어났습니다 .⑵

▷ Đã nói ra ngoài vấn đề cốt lõi.

• 요점을 말하세요 !

▷ Hãy nói vào trọng tâm!

• 어찌된 것이죠 ? 말해주세요 .

▷ Chuyện thế nào? hãy nói cho tôi biết!

• 이것을 다시 한번 설명해 주시겠어요 ?

▷ Xin hãy giải thích lại điều này.

• 더 쉬운 말로 다시 말씀해 주시겠어요 ?

▷ Xin hãy nói lại cho dễ hiểu hơn.

✚ 설명할 때

• 말로는 다 설명할 수 없습니다 .

▷ Tôi không thể giải thích tất cả bằng lời

• 말로는 표현하기 힘들어요 .

▷ Tôi không thể thể hiện bằng lời.

• 어떻게 설명해야 할지 모르겠습니다 .

▷ Tôi không biết phải giải thích thế nào.

• 그밖에 달리 설명할 방법이 없어요 .

▷ Tôi không có cách giải thích khác ngoài cách này.

• 그래서 그런 겁니다 .

▷ Vì vậy, sẽ như thế.

• 말하자면 길어요 .

▷ Nói ra thì dài lắm.

• 그것은 상식이죠 .

▷ Cái đó là thông thường.

✚ 집중을 요구할 때

• 사실은...

▷ Sự thật/ Thật ra ...

• 문제는 말야 ...

▷ Vấn đề là ...

- 솔직히 말하자면 …
  ▶ Nói thật là …

- 여기요 . 들리세요 !
  ▶ Này, có nghe rõ không!

- 봐라!
  ▶ nhìn này!

- 이것 봐라!
  ▶ Nhìn đây này!

- 그것을 잘 봐!
  ▶ Hãy xem kỹ cái này!

- 조용히!
  ▶ Trật tự!

- 좀 봐요!
  ▶ Xem này!

- 지금 제게 귀 기울이세요!
  ▶ Giờ hãy lắng nghe tôi nói!

- 넌 (내 말을) 듣고 있는 거니?
  ▶ Bạn có đang nghe tôi nói không đấy?

- 주의를 기울였니?
  ▶ Có chú ý đến xung quanh không?

- 이것에 집중하세요.
  ▶ Hãy tập trung vào việc này.

- 잠시 내 말을 들어 줄 수 있니?
  ▶ Có thể nghe tôi nói một chút được không ?

04 의문

✚ 의문사 및 관계사[When]

- 언제?

▷ Khi nào?

• 넌 새차를 언제 살꺼니?

▷ Bạn mua xe mới khi nào?

• 난 그에게 언제 갈지 물어보았다.

▷ Tôi đã hỏi người ấy khi nào sẽ đi.

• ~때

▷ Khi ~ (직설법 현재)

• ~라면

▷ Nếu là ~ (접속법 현재)

• 해가 날 때, 난 해변에 간다.

▷ Khi mặt trời lên, tôi đi ra bờ biển.

• 졸리면, 잘꺼다.

▷ Nếu buồn ngủ, tôi sẽ ngủ.

✚ 의문사 및 관계사[Where]

• 어디?

▷ Ở đâu?

• 너 어디에 있니?

▷ Bạn đang ở đâu?

• 너 어디로 가니?

▷ Bạn đi đâu đấy?

• 넌 어디에서 왔니[출신이니]?

▷ Bạn từ đâu đến đây/ Bạn quê ở đâu/ Bạn là người nước nào?

• 버시는 어디에서 출발합니까?

▷ Xe buýt xuất phát ở đâu?

• 난 내가 원하는 곳으로 갈 것이다.

▷ Tôi sẽ đi đến nơi bạn muốn.

• 그 집은 우리 아버지가 태어나신 집이다.

▷ Ngôi nhà này là nơi bố tôi đã sinh ra.

✚ 의문사 및 관계사[Who]

- 누구?
  - ▸ Ai?

- 누구를[에게]?
  - ▸ Cho ai?

- 누가 네게 그것을 말했니?
  - ▸ Ai đã nói với bạn điều đó?

- 어떤 사람들이 파티에 오니?
  - ▸ Những người nào đến dự tiệc?

- 넌 누구를 봤니?
  - ▸ Bạn thấy ai?

- 그녀가 누구에 대해서 이야기했었니?
  - ▸ Cô ấy đã nói chuyện về ai?

- 어제 여기에 있던 사람.
  - ▸ Người đã ở đây hôm qua.

- 내가 봤던 사람.
  - ▸ Người tôi đã nhìn thấy.

- 그가 만났던 여자들.
  - ▸ Những cô gái mà anh ấy đã gặp.

- 내가 생각했던 여배우.
  - ▸ Nữ diễn viên mà tôi đã nghĩ đến.

- 원하는 남[여]자는 들어갈 수 있다.
  - ▸ Người đàn ông (phụ nữ) nào muốn có thể vào.

- 일찍 도착한 사람들은 상을 받게 될 것이다.
  - ▸ Những người đến sớm sẽ được nhận quà.

✚ 의문사 및 관계사[What]

- 무엇?
  - ▸ Cái gì?

- 무슨 일이야?
  - ▸ Có chuyện gì/ Có việc gì?

• 넌 무엇을 원하니?
▶ Bạn muốn gì?

• 넌 무엇을 생각하니?
▶ Bạn nghĩ gì?

• 넌 무엇을 꿈꿨니?
▶ Bạn mơ ước gì?

• 넌 무엇을 겁내니?
▶ Bạn sợ cái gì?

• 다른 것 뭐[추가주문 할 때]?
▶ Cái gì nữa? (Khi gọi món thêm)

• 이것은 무엇입니까?
▶ Cái này là cái gì?

• 그들은 직업이 뭐죠?
▶ Nghề nghiệp của họ là gì?

• 재료가 뭐죠?
▶ Chất liệu là gì?

• 네 이름은 뭐니?
▶ Tên bạn là gì?

• 넌 무슨 일이 일어났는지 아니?
▶ Bạn có biết chuyện gì đã xảy ra không?

• 너의 주소는 어떻게 되지?
▶ Địa chỉ của bạn thế nào?

• 너의 이름은 뭐니?
▶ Tên của bạn là gì?

• 네가 가장 좋아하는 영화는 뭐니?
▶ Bộ phim bạn thích nhất là gì?

• 몇 시?
▶ Mấy giờ?

• 몇 시입니까?
▶ Mấy giờ rồi?

- 몇 시에 가세요?
  ▶ Mấy giờ đi?

- 어떤 날씨?
  ▶ Thời tiết nào?

- 오늘은 날씨가 어떻습니까?
  ▶ Thời tiết hôm nay thế nào?

- ~것
  ▶ Cái (thứ, điều) ~

- 그것은 내가 원하는 것이 아니다.
  ▶ Cái đó không phải là cái mà tôi muốn.

- 내가 가장 원하는 것은 장기놀이이다.
  ▶ Tôi thích nhất là chơi cờ.

✚ 의문사 및 관계사[Which]

- 무엇의 ~?[형용사적으로 사용]
  ▶ Gì?

- 무슨 신문을 원하십니까?
  ▶ Bạn thích báo gì?

- 무슨 신발을 샀니?
  ▶ Bạn đã mua giày gì?

- 어떤 것?
  ▶ Cái nào?

- 넌 뭘 원하니?
  ▶ Bạn muốn cái nào?

- 넌 뭐를 팔았니?
  ▶ Bạn bán cái gì?

- [사물] 것
  ▶ ~ Cái

- 새를 죽인 고양이는 내 고양이이다.
  ▶ Con mèo giết chết con chim là con mèo của tôi.

• 그녀가 운전하는 차는 이탈리아 제이다.
  ▶ Xe ô tô cô ấy đi là xe của Ý.

• 그것은 내가 생각했었던 가게들이다.
  ▶ Đó là những cửa hàng mà tôi đã nghĩ tới.

• 그녀는 그녀의 숙모 댁에 방문을 했었고, 그것은 그녀에게 매우 즐거웠었다.
  ▶ Cô ấy đã đến thăm nhà thím của cô ấy. Điều đó đã khiến cô ấy rất vui.

✚ 의문사 및 관계사[Why]

• 왜?
  ▶ Tại sao?

• 넌 왜 그것을 했니?
  ▶ Sao bạn làm việc đó?

• 그가 왜 갔는지 모르겠다.
  ▶ Tôi không biết vì sao anh ấy đi.

• ~라는 이유
  ▶ Lý do là ~

• 그것이 내가 네게 돈을 지불할 수 없는 이유이다.
  ▶ Đó là lý do tôi không trả tiền cho bạn.

✚ 의문사 및 관계사[How]

• 잘 지내십니까?
  ▶ Có khỏe không ạ?

• 어떻게 지내?
  ▶ Cuộc sống thế nào?
  ▶ Dạo này anh (chị) thế nào?
  ▶ Dạo này anh (chị) sống thế nào?

• help'를 베트남어로 뭐라 합니까?
  ▶ "help" nói tiếng Việt thế nào?

• 그것을 어떻게 쓰죠?

▸ Cái này viết thế nào?

• 그 집은 얼마나 큰가?

▸ Cái nhà đó to thế nào?

• 치수가 어떻게 되죠?

▸ Cỡ thế nào?

• 부산은 여기서 얼마나 멀죠?

▸ Từ đây cách Busan bao xa?

• 얼마나 빨리 차가 달릴 수 있죠?

▸ Xe có thể chạy nhanh như thế nào?

• 그 상자는 얼마나 무겁죠?

▸ Cái thùng đó nặng như thế nào?

• 그 옷장은 얼마나 높이가 되나요?

▸ Cái tủ áo đó cao như thế nào?

• 그 복도는 얼마나 길죠?

▸ Hành lang dài bao nhiêu?

• 그 영화는 얼마나 길죠?

▸ Phim đó dài như thế nào?

• 그들은 호치민시에서 얼마나 살았죠?

▸ Họ sống ở thành phố Hồ Chí Minh bao lâu rồi?

• 여기에서 산지가 얼마나 되었니?

▸ Sống ở đây bao lâu rồi?

• 얼마죠?

▸ Bao nhiêu?

• 아이는 몇 킬로입니까?

▸ Cháu nhỏ được mấy cân?

• 얼마나 많은 밀가루를 샀니?

▸ Đã mua bột mỳ nhiều như thế nào?

• 몇 마리의 소가 달리니?

▸ Mấy con bò chạy?

• 얼마나 자주 그녀에게 가보니?

▶ Bạn đến chơi với cô ấy mức độ thường xuyên như thế nào?

- 넌 몇 살이니?

  ▶ Bạn bao nhiêu tuổi?

- 그를 얼마나 잘 아니?

  ▶ Biết anh (chị) ấy rõ như thế nào?

- 강폭이 얼마나 되니?

  ▶ Sông rộng bao nhiêu nhỉ?

05 응답

✚ 긍정적으로 대답할 때

- 네!

  ▶ Vâng!

- 자명하네요!

  ▶ Rõ ràng đấy!

- 이해됩니다!

  ▶ Tôi hiểu rồi!

- 그것 알고있습니다!

  ▶ Tôi biết điều đó rồi!

- 난 맞다고 본다.

  ▶ Tôi nghĩ là đúng.

- 문제없어요!

  ▶ Không có vấn đề gì!

- 네가 말한 것을 이해했다.

  ▶ Tôi hiểu điều anh nói.

- 모두 이해했습니다.

  ▶ Tôi hiểu hết.

- 잘 이해되네요.

  ▶ Hiểu rõ rồi.

✚ 대화의 경청함을 표시할 때

- 듣고 있어.
  - ▶ Tôi đang nghe.

- 솔직히(양심적으로) 듣고 있습니다.
  - ▶ Tôi đang lắng nghe .

- 잘 들었다.
  - ▶ Tôi nghe rõ.

- 여전히 듣고 있습니다.
  - ▶ Tôi vẫn đang nghe.

- 네가 말하는 것에 신경쓰고 있다.
  - ▶ Tôi đang để tâm đến điều anh nói.

- 네가 말하는 것에 대단히 주의를 기울이고 있다.
  - ▶ Tôi đang rất chú ý lắng nghe điều anh nói.

- 네, 모든 것을 이해했습니다.
  - ▶ Vâng, tôi hiểu tất cả.

- 의도하는 것에 대해 완전히 이해합니다.
  - ▶ Tôi hiểu toàn bộ ý anh định nói.

✚ 부정적으로 대답할 때

- 아뇨!
  - ▶ Không!

- 뭐야!
  - ▶ Cái gì!

- 아주 안 좋아요!
  - ▶ Thật không tốt!

- 터무니없어요!
  - ▶ Vô lý!

- 말도 마라!
  - ▶ Không còn gì để nói!

원하지 않아요.
> ▶ Tôi không muốn.

• 제겐 좋지 않아요.
> ▶ Không tốt đối với tôi.

• 가능성이 없어요!
> ▶ Không có khả năng!

• 그렇게 생각할 수 조차 없죠.
> ▶ Không thể suy nghĩ như thế được!

• 절대 아닙니다!
> ▶ Tuyệt đối không phải!

• 분명히 아닙니다!
> ▶ Rõ ràng không phải!

• 전 반대입니다.
> ▶ Tôi phản đối.

• 당신과 동의하지 않습니다.
> ▶ Tôi không đồng ý với anh.

• 전 절대 반대입니다.
> ▶ Tôi tuyệt đối phản đối.

• 당신의 의견을 지지할 수 없습니다.
> ▶ Tôi không thể ủng hộ ý kiến của anh.

✚ 불확실하게 대답할 때

• 그럴 수 있어요.
> ▶ Có thể như thế.

• 그럴지도 모르겠어요.
> ▶ Cũng có thể như thế.

• 아마도
> ▶ Cũng có thể.

• 그렇다면 좋겠는데.
> ▶ Nếu thế thì tốt.

- 그건 경우에 따라 다릅니다.
  ▶ Điều đó còn tùy theo từng trường hợp.

- 누가 알겠습니까?
  ▶ Ai mà biết được?

✚ 의심을 갖고 대답할 때

- 믿을 수 없다.
  ▶ Không thể tin được.

- 정말로?
  ▶ Thật sao?

- 믿기 어려운데.
  ▶ Khó tin.

- 난 그것이 이상하게 보인다.
  ▶ Tôi thấy điều đó kỳ lạ.

- 난 그것을 이상하다고 보지 않는다.
  ▶ Tôi không nghĩ điều đó có gì kỳ lạ.

- 내 생각에는 이상하다.
  ▶ Theo tôi rất lạ.

- 농담이지?
  ▶ Chuyện đùa phải không?

- 농담하고 있지!
  ▶ Bạn đang đùa ư!

- 너 진지하게 말하는 거 아니지, 맞아?
  ▶ Không phải là bạn đang nói chuyện nghiêm túc, đúng không?

06 맞장구

✚ 확실하게 맞장구칠 때

- 그거야!
  ▶ Đúng thế!

- 왜 안되겠어!
  ▶ Sao không được!

- 정확해!
  ▶ Chính xác!

- 정확히 그렇지!
  ▶ Chính xác thế chứ.

- 네게동의한다.
  ▶ Tôi đồng ý với bạn.

- 조금의 의심할 바가 없다.
  ▶ Tôi không nghi ngờ chút nào cả.

✚ 애매하게 맞장구칠 때

- 아마도
  ▶ Có lẽ/ Cũng có thể.

- 그럴지도 모르겠어.
  ▶ Cũng có thể như thế.

- 그러기를 바랍니다.
  ▶ Tôi mong như vậy.

- 네가 의미하는 것은 이해했어, 하지만...
  ▶ Tôi hiểu bạn nói gì, nhưng...

- 어떤 부분까지는 동의한다.
  ▶ Tôi tán thành một phần nào đó.

- 난 정말 원했었지만, 하지만...
  ▶ Tôi thực sự đã mong như thế, nhưng...

✚ 긍정의 맞장구

- 그래요?
  ▶ Vậy sao?

- 당신이 옳아요!
  ▶ Anh (chị) đúng rồi!
- 동의합니다.
  ▶ Tôi đồng ý.
- 나도 같은 의견을 가지고 있어.
  ▶ Tôi cũng có chung ý kiến.

✚ 부정의 맞장구

- 분명히 아니다.
  ▶ Rõ ràng là không phải.
- 절대 아니지!
  ▶ Tuyệt đối không phải!
- 그렇게 생각하지 않아요.
  ▶ Tôi không nghĩ thế.
- 그래요? 저도 좋아하지 않습니다.
  ▶ Thế à? Tôi cũng không thích.
- 잘 모르겠네요.
  ▶ Không biết nữa.
- 그것은 무리입니다.
  ▶ Điều đó thật vô lý.

✚ 이해의 맞장구

- 맞아요.
  ▶ Đúng thế.
- 완전해요.
  ▶ Hoàn hảo quá.
- 네가 옳아.
  ▶ Bạn đúng rồi.
- 그것입니다.
  ▶ Chính thế.

• 흥미로운 것같아요.
  ▸ Có vẻ thú vị đấy.
• 거의 그렇네요.
  ▸ Gần như thế đấy.
• 나도 같은 생각을 한다.
  ▸ Tôi cũng nghĩ thế.
• 나도 같은 것을 생각한다.
  ▸ Tôi cũng nghĩ đến điều tương tự.
• 내가 말하고자 하는 것도 같다.
  ▸ Giống với điều tôi định nói.

✚ 잠시 생각할 때

• 글쎄.
  ▸ à ….
• 어디 보자!
  ▸ Để xem nào!
• 거 뭐랄까?
  ▸ Thế nào nhỉ?
• 뭐라 말해야 할지?
  ▸ Biết nói thế nào nhỉ.

07 되물음

✚ 잘 알아듣지 못했을 때

• 다시 한번만!
  ▸ Xin nhắc lại một lần nữa!
• 그것을 다시 한번만 부탁해.
  ▸ Xin hãy nhắc lại điều đó một lần nữa.
• 그것을 다시 부탁합니다.

▸ Đề nghị nói lại một lần nữa.

• 좀 더 천천히 말해 주십시오.

▸ Xin hãy nói chậm chậm hơn một chút.

• 여기에 [글씨] 써주세요.

▸ Hãy viết (chữ) vào đây.

• 이것은 무슨 뜻입니까?

▸ Cái này có nghĩa là gì?

• 이것은 무엇입니까?

▸ Cái này là cái gì?

• 무슨 말인지 잘 모르겠습니다.

▸ Tôi không hiểu bạn nói gì.

• 여기에 써 주십시오.

▸ Xin hãy ghi vào đây.

• 이것은 무슨 뜻입니까?

▸ Cái này có nghĩa là gì?

• 이것은 무슨 뜻입니까?

▸ Cái này nghĩ là gì?

• 조금 더 천천히 말씀해주실 수 있습니까?

▸ Hãy nói chậm chậm hơn một chút được không?

• 그리고, 다음은?

▸ và sau đó?

• 네가 말하려는 것이 뭐야?

▸ Bạn định nói gì?

• 넌 내게 뭘 말하려는 거야?

▸ Bạn định nói gì với tôi?

• 요점이 뭐야?

▸ Ý chính là gì?

• 문제의 핵심이 뭔데?

▸ Trọng tâm vấn đề là gì?

• 우리 주요 문제점들에 들어 가보자.

▷ Chúng ta hãy đi thẳng vào vấn đề chính.

• 우리가 나쁜(잘못된) 점을 집어 볼게.

▷ Chúng ta sẽ chọn ra những điểm xấu (sai trái)

• 핵심에 대해 우리 말해볼까?

▷ Chúng ta hãy nói vào trọng tâm được không?

• 넌 뭘 생각하고 있는 거야?

▷ Bạn đang nghĩ gì thế?

• 우리 결론을 이야기해보자.

▷ Chúng ta hãy nêu kết luận.

✚ 상대가 이해하지 못할 때

• 천천히 내 말을 다시 들어봐!

▷ Hãy từ từ nghe tôi nói lại!

• 이해할 수 있도록 그것을 내가 몇 번을 네게 말해야 하니?

▷ Tôi phải nói điều đó mấy lần để cho bạn hiểu?

• 내 의견을 다시 말할게.

▷ Tôi sẽ nói lại ý kiến của tôi.

✚ 되물을 때

• 뭐요?

▷ Cái gì?

• 실례합니다만, 다시 한번 부탁입니다.

▷ Xin lỗi, xin hãy nói lại.

• 그것을 다시 반복해 주실 수 있나요?

▷ Anh có thể nhắc lại điều đó một lần nữa được không?

• 그것을 다시 그것을 말해주실 수 있나요?

▷ Anh có thể nói lại điều đó được không?

• 뭐라고 말했죠?

▷ Anh vừa nói gì?

• 죄송합니다, 제가 잘 못들었습니다.

▶ Xin lỗi, tôi không nghe rõ.

✚ 같은 말을 반복할 때

- 넌 또 그것을 말한다.
  ▶ Bạn lại nói điều đó rồi.

- 이미 그것을 말했다.
  ▶ Bạn đã nói điều đó rồi.

- 이 문제와 얽혀있지 않다.
  ▶ Không bị vướng vào vấn đề này.

- 넌 이것과 관련이 있어야 하잖아?
  ▶ Bạn cũng phải có liên quan đến vấn đề đó còn gì?

- 이미 우리는 이해하고 있다고.
  ▶ Chúng tôi đã hiểu rồi.

- 이미 우리는 너에 대해 들었다.
  ▶ Tôi đã nghe nói về bạn rồi.

- 다른 주제로 옮겨갈 수 없겠어?
  ▶ Không thể chuyển sang đề tài khác ư?

✚ 다시 한번 말해달라고 할 때

- 다시 한번 말씀해 주세요.
  ▶ Xin hãy nói lại lần nữa.

- 그것을 반복해주실 수 있습니까? 부탁합니다.
  ▶ Anh có thể nhắc lại điều đó được không? đề nghị anh đấy.

- 다시 한번 그것을 말해주실 수 있습니까?
  ▶ Anh có thể nói lại điều đó một lần nữa được không?

- 실례합니다, 무엇을 말씀하셨죠?
  ▶ Xin lỗi, anh đã nói gì ạ?

- 그것을 가지고 뭐를 말하려고 합니까?
  ▶ Với chuyện này, anh định nói gì?

- 잘 그것을 이해할 수 없습니다.

▶ Tôi không thể hiểu rõ điều đó.

• 조금 더 천천히 말씀해 주시겠습니까?

▶ Anh nói chậm hơn một chút được không?

08 이해와 확인

✚ 이해를 확인할 때

• 분명하죠?

▶ Có rõ ràng không?

• 명확하죠?

▶ Chính xác, rõ ràng chứ?

• 이해되니?

▶ Có hiểu không?

• 그거 알겠어?

▶ Biết rồi chứ?

• 내가 무엇을 말하고 있는지 알겠니?

▶ Có biết tôi đang nói gì không?

• 내가 무엇을 표현하려는지 알겠니?

▶ Có biết tôi định nói cái gì không?

• 내가 더 설명을 해줘야겠니?

▶ Tôi có phải giải thích thêm không?

• 의문이 있습니까?

▶ Có gì thắc mắc không?

• 이해 됐습니까?

▶ Đã hiểu chưa?

• 만약 이해 안되면, 내게 물어봐.

▶ Nếu không hiểu, hãy hỏi tôi.

• 아무것도 모르겠니?

▶ Không hiểu gì à?

- 상황이 이해 안되니?
  - ▶ Không hiểu tình hình ư?
- 넌 뭘 모르니?
  - ▶ Bạn không hiểu cái gì?
- 왜 그렇게 멍청하게 굴었냐?
  - ▶ Sao lại ngớ ngẩn thế?
- 넌 남쪽과 북쪽을 구분 못하는 구나.
  - ▶ Bạn không phân biệt nổi hướng Nam và hướng Bắc rồi.
- 문제를 가볍게 여기지 마라!
  - ▶ Đừng coi nhẹ vấn đề!

✚ 이해를 했을 때

- 네!
  - ▶ Vâng!
- 이해해요.
  - ▶ Tôi hiểu.
- 알겠어요.
  - ▶ Tôi biết.
- 확신합니다.
  - ▶ Chắc chắn.

✚ 이해를 못했을 때

- 아뇨!
  - ▶ Không!
- 이해 안 되요!
  - ▶ Tôi không hiểu!
- 모르겠어요.
  - ▶ Tôi chưa hiểu.
- 확실치 않아요.
  - ▶ Chưa chắc chắn.

• 헷갈려요!
  ▸ Nhầm lẫn!

• 분명히 (이해) 안 되요!(1)
  ▸ Tôi không hiểu rõ!

• 분명히 (이해) 안 되요!(2)
  ▸ Tôi không rõ lắm!

• 절대로 아닙니다!
  ▸ Tuyệt đối không!

• 그것은 무슨 의미죠?
  ▸ Điều đó có ý nghĩa gì?

• 진지하게 그것을 말씀하시는 건가요?
  ▸ Anh nói điều đó nghiêm túc đấy chứ?

• 무엇을 해야할지 모르겠어요.
  ▸ Tôi không biết phải làm gì.

• 넌 문제점이 어디에 있는지 모른다.
  ▸ Tôi không biết vấn đề của bạn ở chỗ nào.

09 대화의 막힘과 재촉

＋ 말이 막힐 때

• 음...
  ▸ à/ ừm...

• 글쎄, 어디 생각해 봅시다.
  ▸ Ừm, để nghĩ xem nào.

• 글쎄요, 사실...
  ▸ à, thực ra ...

• 거 뭐라 할까?
  ▸ Cái đó nói thế nào nhỉ?

• 어, 그게 뭐지?

▷ Ơ, cái đó thế nào nhỉ?

• 어떻게 네게 그것을 말해야 할지?
▷ Biết nói với bạn thế nào nhỉ?

✚ 말을 꺼내거나 주저할 때

• 너도 알다시피…
▷ Bạn cũng biết đấy…

• 사람들이 말하는데…
▷ Mọi người nói là …

• 어제 사람들이 내게 말했는데…
▷ Hôm qua, mọi người nói với tôi…

• 사실은…
▷ Thật ra…

• 아, 아, 내 생각에는…
▷ À, à , tôi nghĩ…

• 네게 한가지 말하고자 해.
▷ Tôi muốn nói một điều với bạn.

✚ 적당한 말이 생각나지 않을 때

• 기억이 안나요.
▷ Tôi không nhớ.

• 아, 그게 뭐더라!
▷ À, cái đó nói thế nào nhỉ?

• 잊어버렸습니다.
▷ Tôi quên rồi.

• 그것을 기억할 수 없습니다.
▷ Tôi không thể nhớ được điều đó.

• 딱 맞는 말을 찾을 수가 없다.
▷ Tôi không thể tìm được câu nào phù hợp.

• 혀끝에서 말이 맴돈다.

▷ Thật khó giải thích.

• 죄송합니다만, 뭐라고 말씀하셨죠?
▷ Xin lỗi nhưng anh đã nói gì?

• 한번만 더 말씀해주시겠습니까?
▷ Anh nói lại một lần nữa được không?

✚ 말하면서 생각할 때

• 제가 그것을 생각하게 좀 해주시죠.
▷ Xin hãy để tôi suy nghĩ điều đó.

• 잠시만…
▷ Đợi chút…

• 정확하지 않지만,
▷ Không chính xác nhưng…

✚ 말을 재촉할 때

• 대화를 끊어 죄송합니다만, 계속 하십시오.
▷ Xin lỗi vì đã ngắt lời, xin hãy tiếp tục.

10 대화의 시도와 화제전환

✚ 대화를 시도할 때

• 내가 그것을 밝히게 해줘.
▷ Xin hãy cho tôi làm sáng tỏ điều đó.

✚ 화제를 바꿀 때

✚ 대화 도중에 쓸 수 있는 표현

• 그래?
▷ Thế à?

- 좋아?
  ▶ Hay không?
- 이후에는?
  ▶ Sau đó thế nào?
- 명확히?
  ▶ Chính xác à?
- 그래, 하지만…
  ▶ Phải, nhưng…
- 너 알잖아…?
  ▶ Bạn biết còn gì…?
- 내말 이해하겠지?
  ▶ Hiểu tôi nói gì chứ?
- 내가 가능하다면…
  ▶ Nếu tôi có thể…
- 솔직해 질 수 있지?
  ▶ Có thể nói thật chứ?
- 네게 진실을 말할게.
  ▶ Tôi nói thật.
- 우리 솔직히 말해보자.
  ▶ Chúng ta hãy nói thật lòng.

✚ 간단히 말할 때

- 내가 간단히 그것을 말할게.
  ▶ Để tôi nói vắn tắt.
- 우리 말 돌려서 하지 말자.
  ▶ Chúng ta đừng nói vòng vo.

✚ 대화를 마칠 때

- 이제 너무 늦었군요.
  ▶ Giờ muộn quá rồi.

• 와! 시간 좀 봐(너무 지나갔잖아)!
▶ Ôi, nhìn đồng hồ kìa (muộn quá rồi)!

• 늦었어요. 전 가봐야 합니다.
▶ Muộn rồi, tôi phải đi thôi.

• 자, 가야할 시점이 왔네요.
▶ Chà, đã đến giờ phải đi rồi.

• 당신을 만난 것이 너무 기뻤습니다.
▶ Tôi rất vui được gặp bạn.

• 당신과 대화한 것이 너무 좋았습니다.
▶ Nói chuyện với anh (chị) rất vui.

• 당신을 다시 뵙기를 원합니다.
▶ Tôi mong được gặp lại anh (chị).

• 당신을 곧 뵙기를 원합니다.
▶ Tôi mong sớm gặp lại anh (chị).

• 시간이 된다면 저를 보러 와주세요.
▶ Nếu có thời gian hãy đến tôi chơi nhé.

• 다시 한번 함께 식사해요!
▶ Chúng ta sẽ lại cùng nhau đi ăn nhé!

• 언제 하루 우리 (얼굴)보기 위해 약속을 잡죠.
▶ Chúng ta hãy hẹn một ngày nào đó để gặp lại nhau nhé.

✚ 전화 상의 대화를 마칠 때

• 누군가 문에 있습니다. 나중에 제가 전화드릴께요.
▶ Có ai đó đang đợi ngoài cửa. Tôi sẽ gọi lại sau nhé.

• 전화)신호대기가 되고 있습니다. 우리 다음에 통화할 수 있겠죠?
▶ Đang có tín hiệu điện thoại gọi đến. Chúng ta gọi lại sau được không?

• 전 일을 다시 해야만 합니다. 그럼.
▶ Tôi phải làm việc đây. Thôi nhé.

• 죄송합니다. 누군가 전화를 하고 있습니다. 안녕히.
▶ Xin lỗi. Có ai đó đang gọi đến. Chào nhé.

• 전 지금 가야합니다. 다시 통화해요.

▶ Tôi phải đi đây. Gọi lại sau nhé.

• 해야할 것이 있습니다. 곧 전화 드릴께요.

▶ Tôi có việc phải làm. Tôi sẽ gọi lại sớm.

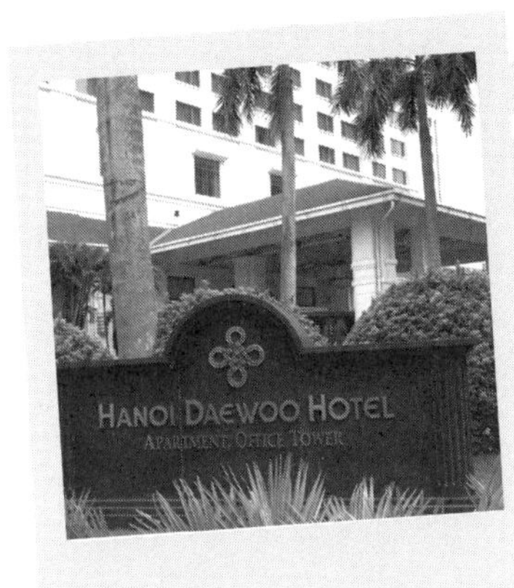

HANOI DAEWOO HOTEL
APARTMENT, OFFICE TOWER

01 의견과 견해

➕ 자신의 의견과 견해를 말하고자 할 때

- 제가 믿기로는…
  ▶ Tôi tin rằng …

- 제 생각에는…
  ▶ Tôi nghĩ là…

- 내게 보기에는…
  ▶ Theo tôi / Tôi thấy…

- 내 의견은…
  ▶ Ý kiến của tôi là …

- (사)실은…
  ▶ Thực ra …

- 사실은…(1)
  ▶ Sự thực là …

- 사실은…(2)
  ▶ Thật sự là …

- 사실은…(3)
  ▶ Sự thật là …

- 내게 인상적이었던 것은…
  ▶ Điều ấn tượng đối với tôi là…

- 내 생각에는…
  ▶ Theo tôi nghĩ …

- 내 판단에는…
  ▶ Theo phán đoán của tôi…

- 내가 보기에는…
  ▶ Theo tôi…

- 내 관점에서는…
  - ▶ Theo quan điểm của tôi…
- 내가 이해하고 있는 것에 따르자면…
  - ▶ Theo tôi được biết …
- 내가 말하고 자하는 것은…
  - ▶ Điều tôi muốn nói là …

✚ 의견과 견해를 물을 때

- 어떻게 생각해?
  - ▶ Bạn nghĩ thế nào?
- 어떤 의견 있나요?
  - ▶ Có ý kiến gì không?
- 다른 의견은?(1)
  - ▶ Ý kiến khác?
- 다른 의견은?(2)
  - ▶ Có ý kiến khác không?
- 다른 의견을 가지고 있나요?
  - ▶ Bạn có ý kiến khác không?
- 어떤 다른 의견을 가지고 있나요?
  - ▶ Bạn có ý kiến gì khác không?
- 제 말을 이해하시나요?
  - ▶ Có hiểu lời tôi nói không?
- 제가 했던 말을 이해했죠?
  - ▶ Đã hiểu lời tôi nói rồi chứ?
- 네 의견은 뭐지?
  - ▶ Ý kiến của bạn là gì?
- 너의 의견은 어떤 것이니?
  - ▶ Ý kiến của bạn thế nào?
- 넌 그것에 대해 어떻게 생각해?
  - ▶ Bạn nghĩ thế nào về điều đó?

- 넌 그것을 어떻게 보니?
  ▶ Bạn nhận xét thế nào về điều đó?
- 이 문제를 어떻게 보니?
  ▶ Bạn thấy vấn đề này thế nào?
- 네 관점은 뭐니?
  ▶ Quan điểm của bạn là gì?
- 그것에 대해 그에게 뭐라 해줄 말 있니?
  ▶ Về chuyện này, có gì để nói với anh (chị) ấy không?
- 네가 내 입장이라면 어떻게 하겠니?
  ▶ Nếu bạn ở địa vị tôi, bạn sẽ làm thế nào?

✚ 의견을 이해할 때

- 네.
  ▶ Vâng.
- 이해할 수 있습니다.
  ▶ Tôi có thể hiểu.
- 그것을 이해합니다.
  ▶ Tôi hiểu điều đó.
- 들어 봤습니다.
  ▶ Tôi đã nghe nói.
- 그것을 압니다.
  ▶ Tôi biết điều đó.
- 문제없습니다.
  ▶ Không vấn đề gì.
- 당신이 말한 것을 이해했습니다.
  ▶ Tôi hiểu điều anh nói.
- 네가 무엇을 말하는지 알겠어.
  ▶ Tôi hiểu bạn nói gì.
- 그것을 이해할 수 있습니다.
  ▶ Có thể hiểu điều đó.

- 이해했습니다.
  ▶ Tôi đã hiểu.
- 잘 이해했습니다.
  ▶ Tôi hiểu rõ rồi.
- 그것 모두를 이해합니다.
  ▶ Tôi hiểu tất cả.

✚ 의견에 대해 긍정할 때

- 네! 이해합니다.
  ▶ Vâng, tôi hiểu.
- 네! 이번 것은 이해합니다.
  ▶ Vâng, lần này tôi hiểu.
- 완전히 이해했습니다.
  ▶ Tôi đã hiểu toàn bộ.

✚ 의견에 대해 부정할 때

- 바보같은 소리군!
  ▶ Nói ngớ ngẩn quá!
- 헛 소리군!
  ▶ Nói chỉ mất công!
- 불가능해!
  ▶ Không thể được!
- 믿을 수 없어!
  ▶ Không thể tin được!
- 어떻게 가능하지?
  ▶ Làm sao thế được?
- 상상할 수 도 없어!
  ▶ Không thể tưởng tượng được!
- 엉터리로 말하지 말아라!
  ▶ Đừng ăn nói lung tung!

- 완전히 엉터리군!
  ▶ Hoàn toàn vớ vẩn!

- 그것은 될 수 없는 거야!
  ▶ Điều đó là không thể được!

- 내게는 그것을 말하지 마라!
  ▶ Đừng nói điều đó với tôi!

- 전 완전히 반대입니다!
  ▶ Tôi hoàn toàn phản đối!

- 입에서 나오는 것은 모두 말하니!
  ▶ Chưa nghĩ mà đã nói hết ra miệng ư!

- 네가 틀린 것 같은데.
  ▶ Hình như bạn sai rồi.

- 미안한데, 난 그것을 인정할 수 없어.
  ▶ Xin lỗi, tôi không thể chấp nhận điều đó.

✚ 의견을 칭찬할 때

- 좋은 생각입니다!
  ▶ Đó là một suy nghĩ hay!

- 멋진 생각입니다!(1)
  ▶ Đó là một ý kiến thú vị!

- 멋진 생각입니다!(2)
  ▶ Ý kiến hay quá!

02 동의와 찬반

✚ 동의를 구할 때

- 명확하시죠?
  ▶ Chính xác đấy chứ?

- 분명하시죠?

▶ Rõ ràng đấy chứ?

• 이해하니?

▶ Có hiểu không?

• 제가 하는 말을 이해하시겠습니까?

▶ Có hiểu lời tôi nói không?

• 동의하시나요?

▶ Có đồng ý không?

• 저와 동의하십니까?

▶ Có đồng ý với tôi không?

• 같은 생각을 가지고 있니?

▶ Có suy nghĩ giống tôi không?

• 그렇게 생각하지 않니?

▶ Bạn không nghĩ thế sao?

• 너 동의하지, 아니야?

▶ Bạn đồng ý chứ, không phải sao?

• 역시 너도 그렇게 생각하지, 아니니?

▶ Bạn cũng nghĩ như thế, không phải sao?

• 나의 의견에 동조하니, 맞지?

▶ Bạn cũng đồng tình với ý kiến của tôi, phải không?

• 너 나처럼 의견을 가지고 있지, 아니니?

▶ Bạn cũng có ý kiến giống tôi, không phải sao?

• 넌 내가 그것을 잘 했다고 믿니?

▶ Bạn có tin là tôi đã làm tốt điều đó không?

• 내가 그것을 못하지는 않았지, 아니니?

▶ Không phải là tôi làm việc đó tệ, phải không?

• 내가 헷갈리지 않았죠, 그렇죠?

▶ Tôi đã không nhầm lẫn, đúng không?

• 내가 표현하고 싶은 것이 무엇인지 알겠니?

▶ Có hiểu điều tôi muốn nói là gì không?

• 의문가는 것이 있니?

▸ Có điều gì nghi vấn không?

• 이해했지?

▸ Đã hiểu rồi chứ?

• 감 잡았지?

▸ Cảm nhận được rồi chứ?

• 이해하지 못한다면 제게 질문하세요.

▸ Nếu không hiểu hãy hỏi tôi.

• 뭘 하려했는지 이해하니?

▸ Có hiểu tôi đinh làm gì không?

• 내가 말하고 있는 것을 알겠죠?

▸ Hiểu điều tôi nói chứ?

• 제가 더 설명을 해드려야 하나요?

▸ Tôi có phải giải thích thêm không?

✚ 동의할 때

• 네! 이해합니다.

▸ Vâng, tôi hiểu.

• 좋습니다!

▸ Tốt lắm!

• 좋습니다!(2)

▸ Hay lắm

• 문제없습니다.

▸ Không có vấn đề gì.

• 동의합니다.

▸ Tôi đồng ý.

• 아주 좋습니다!(1)

▸ Rất tốt.

• 아주 좋습니다!(2)

▸ Tốt lắm!

• 아주 좋습니다!(3)

▸ Hay quá!

• 좋은 생각이네요!
▸ Ý kiến hay!

• 네가 옳다!
▸ Bạn đúng rồi!

• 절대적이에요!
▸ Tuyệt đối đúng!

• 정확해요!
▸ Chính xác!

• 적중했어요!
▸ Trúng rồi!

• 의심할 여지가 없네요.
▸ Không còn nghi ngờ gì.

• 100%로 동의합니다.
▸ Đồng ý 100%.

• 난 같은 의견이다.
▸ Giống với ý tôi.

✚ 부분적으로 동의할 때

▸ Đồng ý một phần.

• 네, 조금은 당신을 이해합니다.
▸ Vâng, tôi hiểu anh một chút.

• 다소.
▸ Phần lớn.

✚ 동감할 때

• 사실이에요.
▸ Đó là sự thật.

• 좋아요!
▸ Được!

- 동의해요.
  ▶ Tôi đồng ý.

- 네! 당신과 동의합니다.
  ▶ Vâng, tôi đồng ý với anh.

- 분명히 맞아요!
  ▶ Rõ là đúng rồi!

- 바로 그것입니다!
  ▶ Chính là điều đó!

- 그것을 믿습니다!
  ▶ Tôi tin điều đó.

- 의심할 바 없죠.
  ▶ Tôi không nghi ngờ gì.

- 저도 똑같이 생각합니다.
  ▶ Tôi cũng nghĩ thế.

- 전적으로 동의합니다.
  ▶ Tôi hoàn toàn đồng ý.

- 전적으로 네게 동의한다.
  ▶ Tôi hoàn toàn đồng ý với bạn.

- 우리는 이것에 있어서는 같은 의견을 가지고 있다.
  ▶ Chúng ta có cùng ý kiến về điều đó.

- 난 모든 부분에 있어서 너의 생각과 동감이다.
  ▶ Tôi đồng cảm với suy nghĩ của bạn ở tất cả các phần.

- 전 당신이 옳다고 믿습니다.
  ▶ Tôi tin là bạn đúng.

- 그것이 제가 생각하는 겁니다.
  ▶ Đó là điều tôi suy nghĩ.

- 우리는 같은 유형에 속해.
  ▶ Chúng ta cùng một kiểu.

- 우리는 매우 닮았어.
  ▶ Chúng ta rất giống nhau.

• 우리는 같은 목표를 가졌다고.

▶ Chúng ta có cùng mục đích.

• 너는 너의 형을 닮았다.

▶ Bạn giống anh trai của bạn.

• 우리는 유사한 의견을 가졌어.

▶ Chúng ta có ý kiến giống nhau.

• 우리가 소통을 위해 많은 같은 주제를 찾는 것은 매우 쉽다.

▶ Chúng ta rất dễ tìm được các chủ đề giống nhau để trò chuyện.

• 우리는 같은 모델을 가지고 일을 해왔다.

▶ Chúng ta làm việc theo cùng một mô hình.

✚ 상대방이 옳고 자신이 틀렸다고 할 때

• 네가 옳다.

▶ Bạn đúng rồi.

• 네가 옳다고 본다.

▶ Tôi thấy bạn đúng rồi.

✚ 상대방이 틀리고 자신이 옳다고 할 때

• (그것은) 다른 것이잖아요.

▶ Đó là điều khác.

• 완전히 동떨어진 다른 이야기야.

▶ Đó là chuyện hoàn toàn khác.

• 넌 주제와 멀어지고 있다.

▶ Bạn đang lạc đề đấy

• 당신은 우리의 주제와 관련이 없음에 틀림없습니다.

▶ Chắc chắn là điều bạn nói không có liên quan gì đến chủ đề của chúng ta.

• (그것은) 우리의 주제가 아니다.

▶ Điều đó không phải là chủ đề của chúng ta.

• 관련이 없다.

▹ Không liên quan.

• 주제와는 너무 멀다.

▹ Xa chủ đề quá.

• 주제와 너는 빗나가고 있다.

▹ Bạn đang lạc đề đấy.

• 우리 본론으로 돌아가자.

▹ Chúng ta hãy quay trở lại nội dung chính.

✚ 찬성할 때

• 좋습니다!

▹ Hay lắm!

• 아주 좋습니다!

▹ Rất tốt!

• 멋집니다!

▹ Tuyệt vời quá!

• 기발하다!

▹ Cơ bản đấy!

• 그거 이상적이다!

▹ Điều đó thật lý tưởng!

• 완벽해!

▹ Hoàn hảo!

• 좋게 들린다.

▹ Nghe rất thích.

• 난 그리 멋진 것을 본적이 없다.

▹ Tôi chưa từng thấy điều tuyệt vời như thế.

• 그것이 내가 원하던 것이다.

▹ Đó là điều tôi đã mong đợi.

• 내가 원했던 바야!

▹ Tôi đã mong mỏi điều đó!

• 이것보다 더 좋은 것은 없다.

▶ Không còn gì tốt hơn nữa.

• 난 네게 별을 4개 준다[훌륭하다].

▶ Tôi sẽ phong cho bạn 4 sao (tuyệt vời)

• 이것이 완벽하다.

▶ Điều này thật hoàn hảo.

• 이것이 1순위이다.

▶ Cái này là số một.

✚ 반대할 때

• 아니요!

▶ Không!

• 절대로 (아닙니다)!

▶ Tuyệt đối không phải!

• 헷갈리시는 겁니다!

▶ Có lẽ anh nhầm lẫn đấy!

• 완전히 혼동했네요.

▶ Hoàn toàn bị lẫn lộn

• 분명히 아닙니다.

▶ Rõ ràng không phải.

• 실수입니다.

▶ Sai rồi!

• 불가능해요.

▶ Không có khả năng.

• 좋지 않아요!

▶ Không tốt!

• 전 반대입니다.

▶ Tôi phản đối.

• 믿을 수 없어요.

▶ Không thể tin được.

• 동의할 수 없어요.

▶ Không thể đồng ý.

• 그것을 그렇게 보지 않습니다.

▶ Tôi không nhìn nhận điều đó như thế.

• 아주 나쁜 생각이에요!

▶ Đó là suy nghĩ xấu xa!

• 아니요. 전혀 이해 못합니다.

▶ Không, hoàn toàn không hiểu.

• 어떻게 가능하죠!

▶ Làm sao có khả năng được!

• 상상할 수 없어요!

▶ Không thể tưởng tượng được!

• 말도 안 되요!

▶ Không thể chấp nhận được!

• 당신 편을 들 수가 없네요.

▶ Tôi không thể đứng về phía anh.

• 전 당신의 의견을 지지할 수 없습니다.

▶ Tôi không thể ủng hộ ý kiến của anh.

• 전 이 생각에 반대합니다.

▶ Tôi phản đối suy nghĩ đó.

• 농담이군!

▶ Đùa đấy ư!

• 바보짓이에요.

▶ Đó là điều ngốc nghếch.

• 모든 것이 바보소리야!

▶ Tất cả đều là nói vớ vẩn!

• 저는 외국인이라 전혀 이해하지 못합니다.

▶ Tôi là người nước ngoài nên hoàn toàn không hiểu được.

✚ 참을 수 없을 때

• 그것을 생각할 수도 없죠!

▸ Không thể nghĩ như thế được chứ!

• 안돼요, 절대로!
▸ Tuyệt đối không được!

• 역겹다!
▸ Ghê sợ!

• 날 역겹게 한다.
▸ Khiến tôi ghê sợ.

• 끔찍해!
▸ Kinh khủng!

• 안 좋아!
▸ Tệ quá!

• 불쾌하다!
▸ Thật khó chịu!

• 헛소리야!
▸ Vớ vẩn!

• 그것을 증오한다!
▸ Tôi ghét điều đó!

• 더는 안돼!
▸ Đừng thêm nữa!

• 네가 미쳤다고 밖에 생각할 수 없다!
▸ Tôi chỉ có thể nghĩ là điên!

✚ 불확실하게 대답할 때

• 잘 모르겠습니다. 그러나...
▸ Tôi không biết nhưng...

• 제 생각에는 요...
▸ Theo em nghĩ ...

• 제가 아는 한...
▸ Theo chỗ tôi biết.

• 제게 똑같은 것을 주세요.

▸ Cho tôi cái giống hệt thế.

• 제게 같은 것을 주세요.

▸ Cho tôi cái giống thế.

• 너와 같은 것으로.

▸ Bằng cái giống như của bạn.

• 전 아무렇지 않습니다.

▸ Tôi thế nào cũng được.

• 저도 다르지 않습니다.

▸ Tôi cũng giống thế.

• 전 의견이 없습니다.

▸ Tôi không có ý kiến.

• 그것은 저와 아무 관계가 없습니다.

▸ Cái đó không có liên quan đến tôi.

• 그것은 나의 일이 아닙니다.

▸ Cái đó không phải là việc của tôi.

• 그것은 내게 중요하지 않습니다.

▸ Điều đó không quan trọng đối với tôi.

03 주의와 타이름

✚ 주의를 줄 때

• 네가 옳지 않다.

▸ Con không đúng đâu.

• 넌 완전히 헷갈렸다.

▸ Con hoàn toàn nhầm lẫn rồi.

• 넌 일을 명확하게 하지 않았다.

▸ Con chưa làm một cách chính xác.

• 무엇인가를 씹고있을 때는 입을 다물어라.

▸ Khi đang nhai cái gì đó thì đừng nói.

- 입에 하나가득 넣은 채로 말하지 마라.
  ▶ Đừng nói khi trong miệng đang ngậm đầy.

- 식탁 위에 팔 괴지 마라.
  ▶ Đừng để tay chống cằm trên bàn ăn.

- 숙제가 끝날 때까지 TV를 볼 수 없다.
  ▶ Không được xem ti vi khi chưa làm bài tập xong.

- 모르는 사람에게 문을 열어주지 마라.
  ▶ Đừng mở cửa cho người lạ.

- 모르는 사람이 네게 준 음식이나 캬라멜을 먹지 마라.
  ▶ Đừng ăn caramen hay thức ăn do người lạ cho.

- 길을 건너기 전에 오른쪽, 왼쪽을 살펴야 한다.
  ▶ Trước khi qua đường hãy quan sát bên phải bên trái.

✚ 꾸짖을 때

- 넌 '죄송하다' 고 말해야 한다.
  ▶ Con phải nói "xin lỗi".

- 넌 '감사하다' 고 말해야 한다.
  ▶ Con phải nói "cảm ơn".

- 넌 '천만에요' 라고 말해야 한다.
  ▶ Con phải nói "không có gì".

- 넌 '부탁합니다' 라고 말해야 한다.
  ▶ Con phải nói "xin nhờ".

- 넌 상식이 없구나!
  ▶ Con chẳng biết lịch sự tối thiểu gì cả!

- 너 동생을 놀리지 마라!
  ▶ Con đừng trêu chọc em!

- 이제는 네 잘못을 알겠니?
  ▶ Giờ đã biết lỗi của mình chưa?

- 넌 내가 네게 말했던 것을 잘 들었었냐!
  ▶ Con có nghe lời bố (mẹ) đã nói với con không đấy!

- 넌 일이 명확해질 때까지 말을 하지 마라.
  ▶ Đừng nói, cho đến khi việc trở nên rõ ràng.

- 넌 일의 근본적인 것을 다시 드러내 보여야한다.
  ▶ Phải nói lại cho con những điều cơ bản của công việc mới được.

- 문을 열어 두었던 사람이 너지!
  ▶ Người để cửa mở là con hả!

- 내 자전거를 가져갔던 사람이 너지!
  ▶ Con đã lấy xe đạp của bố (mẹ) hả!

- 이 소식을 폭로한 사람이 그(사람)이지!
  ▶ Người đó là người để lộ tin hả.

- 비밀을 폭로했던 사람이 그녀지!
  ▶ Cô ta là người để lộ bí mật hả.

- 내가 늦게 도착한 것은 바로 너 때문이야.
  ▶ Bố (mẹ) đến muộn là vì con đấy.

✚ 타이를 때

- 너의 몸가짐에 주의해라!
  ▶ Hãy chú ý giữ gìn sức khỏe!

- 행동 잘해!
  ▶ Hành động cẩn thận nhé!

- 난 네가 정해진 대로 행동할 것이라 희망한다.
  ▶ Tôi hy vọng bạn sẽ hành động theo những gì đã định.

- 아가씨처럼[답게] 행동해라!
  ▶ Hãy hành động như một cô gái.

아가씨처럼	như một cô gái
신사처럼	như một người lịch sự
학생처럼	như một học sinh
선생님처럼	như một giáo viên
부모님처럼	như bậc cha mẹ

• 너의 방을 청소해라!
▶ Hãy quét dọn phòng của mình đi!

• 네 방을 정리해라!
▶ Hãy dọn dẹp phòng của mình đi!

• 네 침대를 정돈해라!
▶ Hãy dọn giường của mình!

• 네 장난감을 정리해라!
▶ Hãy dọn đồ chơi của mình!

• 너 손 닦아라!
▶ Hãy đi rửa tay đi!

• 너 이 닦아라!
▶ Hãy đi đánh răng đi!

• 머리를 빗어라!
▶ Hãy chải đầu đi!

• 똑바로 앉아라!
▶ Hãy ngồi thẳng thắn!

• 서있어!
▶ Đứng lại!

• 그렇게 폭식하지 마라!
▶ Đừng ăn quá nhiều thế!

• 야채를 더 먹어라!
▶ Hãy ăn thêm rau!

• 편식하지 마라!
▶ Đừng kén chọn thức ăn!

• 그렇게 단 것을 먹지 마라!
▶ Đừng ăn đồ ngọt thế!

• 걸을 때 머리를 들고, 가슴은 펴라.
▶ Khi đi bộ hãy ngẩng cao đầu và ưỡn ngực ra.

• 너는 창문을 열어 놓아서는 안 된다.
▶ Không được mở cửa sổ để đấy nhé.

- 모든 것을 그에게 말하지 말았어야 한다.
  ▶ Lẽ ra không được nói hết mọi điều cho người đó.

✚ 변명을 듣고 싶지 않을 때

- 너 지금 농담하고 있는 거야!
  ▶ Bạn đang nói đùa đấy hả!
- 결론이 없다.
  ▶ Không có kết luận.
- 너의 결론은 근거가 없다.
  ▶ Kết luận của bạn không có căn cứ.
- 난 그것에 관심이 없다.
  ▶ Tôi không quan tâm đến điều đó.
- 제게는 다른 것이 없습니다.
  ▶ Với tôi không có gì khác cả.
- 그것은 다른[상관없는] 일이다.
  ▶ Đó là chuyện khác (không liên quan).
- 넌 내가 시킨 것을 해라!
  ▶ Hãy làm việc tôi bảo!

04 충고와 의무

✚ 충고할 때

- 네게 해줄 말은…
  ▶ Điều tôi muốn khuyên bạn là…
- 네게 그것을 하지 말라고 몇 번을 말했지?
  ▶ Tôi đã bảo bạn mấy lần là đừng làm thế rồi?
- 내가 네게 그것을 몇 번 말해야 하니?
  ▶ Tôi phải nói với bạn bao nhiêu lần hả?
- 난 네게 한번 말하지 않았고, 천 번은 이야기했다.

> Không phải tôi nói với bạn một lần, tôi nói hàng ngàn lần rồi.

• 왜 너는 정해진 대로 행동할 수 없는 거니?

> Sao bạn không thể hành động theo qui định?

• 언제 너는 정해진 대로 행동할 줄 알겠니?

> Đến bao giờ mới biết hành động theo qui định hả?

✚ 조언할 때

• 네게 말하고자 했던 것은...

> Điều tôi muốn nói với bạn là...

• 내가 너였다면...

> Nếu tôi là bạn ...

• 내가 너였다면, 그것을 하지 않을꺼야.

> Nếu tôi là bạn, tôi sẽ không làm điều đó.

• 내가 당신이었다면, 그것을 다른 방식으로 했을 것입니다.

> Nếu tôi là anh, tôi sẽ làm điều đó theo cách khác.

• 말만하지 말고, 행동해라!

> Đừng nói xuông, hãy hành động đi!

• 서둘러야 한다.

> Phải nhanh lên.

• 우린 일에 손을 대야만 한다.

> Chúng ta phải nhúng tay vào việc.

• 우리 그 일에 착수합시다.

> Chúng ta hãy bắt tay vào việc đó.

• 좋은 기회다.

> Đây là cơ hội tốt.

• 아무것도 안 하면서 거기에 매일 있고싶냐?

> Chẳng chịu làm gì mà muốn ở đó hàng ngày ư?

• 팔짱만 끼고 있지 마라!

> Đừng chỉ ngồi khoanh tay!

- 넌 인생을 낭비하고 있다.
    ▶ Bạn đang lãng phí cuộc đời mình.

✚ 의무 · 당연을 나타낼 때

- 넌 공부를 열심해 해야한다.
    ▶ Bạn phải học hành chăm chỉ.
- 넌 우리의 이야기를 말해서는 안 된다.
    ▶ Bạn không được nói chuyện của chúng ta nhé.
- 도서관에서는 조용히 해야한다.
    ▶ Phải trật tự trong thư viện.
- 역 내에서는 금연이다.
    ▶ Trong nhà ga cấm hút thuốc.
- 학교 근처에서는 차를 천천히 몰아야 한다.
    ▶ Ở gần trường học, phải lái xe từ từ.

✚ 비밀 준수

- 비밀이다.
    ▶ Đó là bí mật.
- 단지, 너만 (알아야 한다)!
    ▶ Chỉ mình bạn biết thôi nhé!
- 난 아무에게도 말하지 않을 것이다.
    ▶ Tôi sẽ không nói với ai.
- 난 비밀을 지킬 것이다.
    ▶ Tôi sẽ giữ bí mật.
- 난 입을 막고 있을 것이다.
    ▶ Tôi sẽ giữ mồm giữ miệng.
- 이점에 대해서는 조용히 있는 것이 더 좋을 것이다.
    ▶ Về điều này, tốt hơn cả là nên im lặng.
- 넌 그것을 누구에게도 말하지 마라.
    ▶ Bạn đừng nói điều đó với ai.

- 내가 네게 말한 것을 아무에게도 말하지 마라.
  - ▶ Điều tôi nói với bạn, đừng nói với bất kỳ ai.

- 난 어떤 경우에도 누구에게도 말하지 않을 것이다.
  - ▶ Dù trong trường hợp nào tôi cũng sẽ không nói với ai.

- 우리 사이의 비밀이다.
  - ▶ Là bí mật giữa chúng ta.

- 난 그것을 무덤까지 가져갈 것이다.
  - ▶ Tôi sẽ mang theo điều đó xuống mồ.

- 한마디 말도 하지 마라.
  - ▶ Đừng nói một lời nào.

- 입 다물어라!
  - ▶ Ngậm miệng lại nhé!

- 네게 입 꼭 다물고 있겠다고 약속해라!
  - ▶ Hãy hứa rằng bạn sẽ giữ bí mật.

- 난 이 방에서 나가는 것을 허락하지 않을 것이다.
  - ▶ Tôi sẽ không cho phép ra khỏi phòng này.

05 제안과 권유

✚ 제안할 때

- 네게 추천해 주고자하는 것은…
  - ▶ Điều tôi muốn giới thiệu với bạn là…

- 음료수 한 잔 드릴까요?
  - ▶ Bạn muốn uống gì?

- 실례합니다, 무엇을 좀 드시겠습니까?
  - ▶ Xin lỗi, anh dùng (uống) gì?

✚ 제안 · 권유를 거절할 때

- 안 해!

▶ Không!

• 가능하지 않아!

▶ Không thể!

• 절대로 안해!

▶ Tuyệt đối không!

• 죄송합니다.

▶ Xin lỗi.

• 꿈도 꾸지 마라!

▶ Đừng mơ!

• 너 꿈꾸고 있지!

▶ Đang mơ đấy à!

• 날 죽여!

▶ Giết tôi đi!

• 넌 기회를 잃었어.

▶ Mày mất cơ hội rồi.

• 쓸데없는 말하지 마라.

▶ Đừng nói vớ vẩn.

• 그거 잊어라!

▶ Quên nó đi!

• 난 다른 계획들이 있다.

▶ Tôi có những kế hoạch khác.

• 나 스케줄이 꽉 차있다.

▶ Lịch của tôi đã kín rồi.

• 난 관심 없다.

▶ Tôi không quan tâm.

• 내가 관심 있는 것이 아니다.

▶ Không phải là điều tôi quan tâm.

• 머리가 아프네.

▶ Đau đầu đây.

• 백만 년 내로는 안 된다.

▶ Hàng triệu năm nữa cũng không được.

• 백만 유로[달러]로도 안 된다.

▶ Hàng triệu euro (đô la) cũng không được .

• 단지 너만 원할 뿐이다.

▶ Chỉ mình bạn muốn thế thôi.

06 부탁과 도움

✚ 부탁할 때

• 저도 도와주세요.

▶ Hãy giúp cả tôi với!

• 큰 소리로 말씀해주세요.

▶ Xin hãy nói to.

작계	nhỏ
명료하게	rõ ràng
베트남어[영어]로	bằng tiếng Việt (tiếng Anh)
간단 명료하게	vắn tắt, đơn giản
시원스럽게	trôi chảy
더 천천히	chậm hơn

• ...에 대한 부탁을 들어주실 수 있습니까?

▶ Chấp thuận đề nghị của tôi về ... được không?

• 도와주세요, 제발!

▶ Làm ơn, xin hãy giúp tôi.

• 실례합니다만, 소금을 전해줄 수 있습니까?

▶ Xin lỗi, đưa cho tôi muối được không?

• 포크 하나를 제게 가져다 주실 수 있습니까?

▶ Mang cho tôi cái dĩa được không?

• 국을 먹을 수 있게 숟가락을 하나 주실 수 있습니까?

▸ Lấy giúp tôi cái thìa để ăn canh được không?

✚ 구체적으로 부탁할 때

• 도와줘요!

  ▸ Hãy giúp tôi!

• 살려줘요!

  ▸ Cứu tôi với!

• 미안한데, 문 좀 닫아 줄래요.

  ▸ Xin lỗi, đóng cửa giúp tôi được không?

• 죄송한데, 가방을 선반 위에 올리는 것을 도와주실 수 있나요?

  ▸ Xin lỗi, giúp tôi để túi lên giá được không?

• 이 양식을 채우는 것을 도와주실 수 있습니까?

  ▸ Giúp tôi điền vào mẫu này được không?

• 제가 길을 잃은 것 같습니다. 도와주실 수 있나요?

  ▸ Hình như tôi bị lạc đường, giúp tôi được không?

• 부탁드리기 민망합니다만, 제게 잠시 핸드폰을 빌려주실 수 있습니까?

  ▸ Nhờ vả thế này tôi rất ngại nhưng có thể cho tôi mượn điện thoại di động một lát được không?

• 실례합니다, 저는 제 우편이 있는지 없는지 알고 싶습니다.

  ▸ Xin lỗi, tôi muốn biết tôi có bưu phẩm hay không.

✚ 가벼운 명령투로 부탁할 때

• 미안한데, TV의 볼륨을 조금 낮춰 줄 수 있나요?

  ▸ Xin lỗi, vặn nhỏ tiếng tivi được không?

• 이보세요, 댁의 개를 다른 쪽으로 데려 갈 수 있습니까? 이곳의 많은 사람들을 번거롭게 합니다.

  ▸ Này, anh có thể dẫn chó đi chỗ khác được không? Nó sẽ làm phiền nhiều người ở đây.

✚ 부탁을 들어줄 때

• 문제없습니다. 뭘 알기 원하시죠?
  ▶ Không vấn đề gì. Anh muốn biết gì?

• 기꺼이 (그렇게 하죠).
  ▶ Sẵn sàng (Cứ thế đi).

✚ 부탁을 거절할 때

• 미안하다 너를 도와줄 수 없어서.
  ▶ Xin lỗi vì tôi không thể giúp được.

• 죄송합니다. 전 도와드릴 능력이 되지 않습니다.
  ▶ Xin lỗi, tôi không có khả năng giúp được.

• 죄송합니다. 어떠한 정보도 제공해 드릴 수 없습니다.
  ▶ Xin lỗi. Tôi không thể cung cấp thông tin gì.

✚ 완곡하게 거절할 때

• 난 널 도와줄 수 없다.
  ▶ Tôi không thể giúp bạn.

✚ 도움을 주고받을 때

• 내가 널 도와줄 수 있는데.
  ▶ Tôi có thể giúp bạn đấy.

• 넌 도움이 필요하니?
  ▶ Bạn có cần tôi giúp không?

• 당신을 돕기위해 가능한 모든 것을 하겠습니다.
  ▶ Tôi sẽ làm mọi việc có thể để giúp bạn.

• 내게 네가 도움이 필요한지 알게 해주렴.
  ▶ Hãy cho tôi biết có cần tôi giúp không.

• 난 어떤 때라도 여기에 있다.
  ▶ Lúc nào tôi cũng ở đây.

07 지시와 명령

✚ 지시할 때

- 왼쪽으로!
  - ▶ Bên trái!

- 계속해서 앞으로!
  - ▶ Cứ thẳng phía trước!

- 이 길로 계속 가세요. 그리고 오른쪽으로 회전하세요.
  - ▶ Hãy đi thẳng đường này. Sau đó rẽ phải.

- 그렇게 속력 내지마!
  - ▶ Đừng đi nhanh thế!

- 이제 가자!
  - ▶ Giờ thì đi thôi!

- 내말 좀 들어!
  - ▶ Hãy nghe tôi nói!

- 빨리!
  - ▶ Nhanh lên!

- 정숙하세요!
  - ▶ Hãy trật tự.

- 이 소포들을 우체국으로 지금 당장 가져가세요.
  - ▶ Bây giờ hãy mang ngay những bưu kiện này ra bưu điện nhé.

- 계약서 사본을 3부 만들어 주세요.
  - ▶ Hãy làm 3 bộ bản sao hợp đồng.

- 란씨, 남씨의 전화번호좀 찾아주세요.
  - ▶ Lan hãy tìm giúp số điện thoại của Nam.

- 화, 마이 여사와의 약속을 수요일 오전으로 잡아주세요.
  - ▶ Hoa, hãy hẹn với bà Mai vào sáng thứ 4 cho tôi.

✚ 명령, 권유할 때

- 더 높이!

▷ Cao hơn!

• 목소리 더 크게!
▷ Nói to hơn!

• 밥먹자!
▷ Ăn cơm đi!

• 나가세요!
▷ Hãy đi ra ngoài!

• 당신의 면허증 좀 제시하세요!
▷ Hãy xuất trình giấy phép lái xe của anh (chị)!

• 참고 기다리세요!
▷ Hãy chịu đựng và chờ đợi!

• 내가 말할 때, 잘 들어라!
▷ Khi tôi nói, hãy nghe cho rõ.

✚ 금지할 때

• 늦게 오지 마라!
▷ Đừng về muộn.

• 움직이지 마세요!
▷ Đừng động đậy!

• 겁먹지 마세요.
▷ Đừng sợ.

✚ 경고할 때

• 넌 너무 바빠.(1)
▷ Bạn bận rộn quá.

• 넌 너무 바빠.(2)
▷ Bạn bận quá.

• 뛰지 마라!
▷ Đừng chạy!

• 하루종일 정신 없이 일한다.

▸ Làm việc tất bật cả ngày.

• 넌 너무 많은 것에 관여하고 있다. (1)

▸ Bạn tham gia vào quá nhiều việc.

• 넌 너무 많은 것에 관여하고 있다. (2)

▸ Bạn tham gia vào nhiều việc quá.

• 넌 모든 사람들을 만족시킬 수 없다.

▸ Bạn không thể thỏa mãn tất cả mọi người.

08 재촉과 여유

✚ 재촉할 때

• 빨리 해라!

▸ Mau lên!

• 왜 시작 안 하는 거야?

▸ Tại sao chưa bắt đầu?

• 이제 난 더 참을 수 없다.

▸ Giờ thì tôi không thể chịu đựng thêm nữa.

✚ 여유를 가지라고 할 때

• 진정해라! (1)

▸ Hãy bình tĩnh!

• 진정해라! (2)

▸ Bình tĩnh!

• 안심해라!

▸ Hãy yên tâm!

• 침착함을 유지해라!

▸ Hãy giữ bình tĩnh!

• 평상심을 잃지 마라!

▸ Hãy giữ bình tĩnh như mọi khi.

- 화내지 마라!
  - ▶ Đừng cáu!
- 소리지르지 마라!
  - ▶ Đừng hét to!
- 자신을 조절을 할 수 있겠니?
  - ▶ Tự điều chỉnh mình được không?
- 격분하지 마라!
  - ▶ Đừng kích động quá!
- 한 걸음, 한 걸음.
  - ▶ Từng bước, từng bước.
- 조금씩 조금씩
  - ▶ Từng chút, từng chút một.
- 서두르지 마라!
  - ▶ Đừng vội vàng!
- 걱정하지 마라!
  - ▶ Đừng lo lắng!
- 난 모든 것이 잘 될 것이라 믿는다.
  - ▶ Tôi tin là mọi chuyện sẽ tốt đẹp.
- 제 시간에 그 일(을 해라)!
  - ▶ Hãy làm việc đó đúng thời hạn!
- 얻고자 한다면 얻을 수 있다.
  - ▶ Nếu muốn sẽ nhận được.

09 추측과 확신

✚ 확신을 물을 때

- 맞아요?
  - ▶ Có đúng không?
- 분명하죠?

▶ Rõ ràng phải không?

- 확신하니?

▶ Có chắc không?

- 완전히 확신하니?

▶ Hoàn toàn chắc chắn chứ?

✚ 확신할 때

- 분명히 맞습니다.

▶ Rõ ràng đúng.

- 분명합니다.

▶ Rõ ràng.

- 의심할 바 없다.

▶ Không nghi ngờ gì.

✚ 확신하지 못할 때

- 의심이 된다.

▶ Đáng ngờ.

- 아마도 아닐 것이다.

▶ Chắc là không phải.

- 확실히 아니다.

▶ Rõ ràng là không phải.

- 의심이 되었었다.

▶ Đáng ngờ.

- 이 이유는 조금 억지지, 아니냐?

▶ Lý do này là hơi vô lý, phải không?

- 이 이유는 거의 믿을 수 없다, 아니냐?

▶ Lý do này hầu như không thể tin được, phải không?

✚ 허가나 허락을 구할 때

- 내게 부탁을 하나 들어 줄 수 있니?
  ▶ Có thể chấp nhận một đề nghị của tôi được không?

- 네게 부탁하나 할 수 있을까?
  ▶ Tôi nhờ bạn một việc được không?

- 내게 도움의 손길을 줄 수 없겠니?
  ▶ Có thể giúp tôi một tay được không?

- 네가 네 차를 내게 빌려줄 수 있을지 모르겠다.
  ▶ Không biết bạn có thể cho tôi mượn xe của bạn được không.

✚ 양해를 구할 때

- 기다려 주세요.
  ▶ Xin hãy đợi!

- 잠시만 기다려라!
  ▶ Hãy đợi một chút!

- 참고 기다려라!
  ▶ Hãy chịu đựng và chờ đợi!

- 곧 돌아오겠습니다.
  ▶ (Tôi) sẽ quay lại sớm.

- 담배를 피울 수 있을까요?
  ▶ Hút thuốc có được không?

- 담배를 피워도 괜찮을까요?
  ▶ Hút thuốc cũng không sao chứ?

- 들어갈 수 있을까요?
  ▶ Vào có được không?

- 제가 이제 지나갈 수 있을까요?
  ▶ Giờ tôi có thể đi qua được không?

- 지금 네게 찾아가도 되니?

▶ Giờ tôi đi đến chỗ bạn được không?

• 화장실을 사용할 수 있을까요?

▶ Dùng nhà vệ sinh được không?

• 전화를 사용할 수 있을까요?

▶ Dùng điện thoại được không?

• 이것을 볼 수 있을까요?

▶ Xem cái này được không?

• 당신들과 함께 갈 수 있을까요?

▶ Tôi đi cùng các anh (chị) được không?

• 잠시 나가려 합니다, 괜찮을까요?

▶ Tôi định đi ra ngoài một chút, được chứ?

• 베트남어를 조금밖에 알지 못함에 죄송합니다.

▶ Tôi xin lỗi vì chỉ biết một chút tiếng Việt.

• 조금 더 천천히 말을 해줄 수 있니?

▶ Nói chậm chậm hơn giúp tôi được không?

• 내가 기차를 놓쳤던 것은 바로 그(사람) 때문이다.

▶ Tôi lỡ tàu hỏa là vì người đó.

11 희망과 의지

✚ 희망을 말할 때

• 난 그녀가 빨리 왔으면 희망한다.

▶ Tôi hy vọng cô ấy sẽ mau đến.

• 난 인기 가수가 되고 싶다.

▶ Tôi muốn trở thành ca sĩ nổi tiếng.

• 내일 비가 그만 왔으면 좋겠다!

▶ Giá ngày mai trời tạnh mưa thì tốt quá!

• 언제가 크고 아름다운 정원을 가진 별장을 가지고 싶다.

▶ Lúc nào tôi cũng muốn có một biệt thự có vườn đẹp và to.

- 지금 바로 네가 얼마나 보고 싶은지!
  - ▶ Giờ này, tôi cũng nhớ bạn biết bao!
- 언제가 내가 로또가 당첨될지 알겠냐.
  - ▶ Biết đến bao giờ tôi trúng số xổ nhỉ.
- 난 항상 달나라 여행을 꿈꿨었다.
  - ▶ Tôi luôn luôn mơ ước được du hành lên mặt trăng.
- 내가 하버드 대학에서 공부를 할 수 있다면 얼마나 좋겠냐!
  - ▶ Giá mà tôi được học ở đại học Harvard thì tốt quá!
- 아빠가 크리스마스 선물로 핸드폰을 사줬으면 좋겠다.
  - ▶ Ước gì bố mua điện thoại di động làm qùa giáng sinh cho thì tốt quá.

✚ 의향을 물을 때

- 이것을 어떻게 생각하니?
  - ▶ Bạn nghĩ điều này thế nào?
- 그것에 대해 어떻게 생각하니?
  - ▶ Bạn nghĩ về điều đó thế nào?
- 넌 어떤 의견이니?
  - ▶ Ý kiến của bạn thế nào?
- 넌 그것을 어떻게 보니?
  - ▶ Bạn thấy điều đó thế nào?
- 너의 관점은 뭐니?
  - ▶ Quan điểm của bạn thế nào?
- 네 의견은 뭐지?
  - ▶ Ý của bạn là gì?
- 그것에 대해 너는 그에게 뭐라 조언을 해줄래?
  - ▶ Về điều đó bạn sẽ khuyên anh ấy thế nào?
- 네가 내 입장이라면 무엇을 하겠니?
  - ▶ Nếu bạn là tôi bạn sẽ làm gì?

✚ 기대감을 표할 때

- 그것을 조심해서 해라.
  ▶ Hãy làm điều đó một cách cẩn thận.

- 난 네가 네 인생을 걸고 그것을 할 것이라 믿는다.
  ▶ Tôi tin là bạn sẽ làm điều đó thận trọng như với sinh mạng của mình.

- 넌 그것을 기대하고 있다.
  ▶ Bạn đang mong chờ điều đó.

- 네가 성공하기를 바란다.
  ▶ Hy vọng bạn sẽ thành công.

- 네가 시험에 통과할 것이라 믿는다.
  ▶ Tôi tin rằng bạn sẽ vượt qua kỳ thi.

- 아무 탈 없이 그것을 되돌려 줘라.
  ▶ Hãy trả lại cái đó nguyên vẹn không suy suyển gì.

- 이것을 조심해라.
  ▶ Hãy cẩn thận điều này.

12 가능과 불가능

✚ 가능을 말할 때

- 가능하다. (1)
  ▶ Có khả năng.

- 가능하다. (2)
  ▶ Có thể.

- 될 수 있다.
  ▶ Có thể.

- 아마도. (1)
  ▶ Có lẽ.

- 아마도. (2)
  ▶ Cũng có thể.

✚ 불가능을 말할 때

- 불가능이다.
  - ▶ Không thể.
- 가능성이 없다.
  - ▶ Không có khả năng.
- 믿을 수 없다.
  - ▶ Không tin được.
- 이제는 방법이 없다.
  - ▶ Giờ không còn cách nào.
- 하나님만이 무엇이 일어날 수 있는지 안다.
  - ▶ Có trời mới biết chuyện gì sẽ xảy ra.

01 기쁨과 즐거움

+ 기쁠 때

- 너무 좋다.
  - ▶ Hay quá!
- 넌 내게 큰 기쁨을 줬다.
  - ▶ Bạn đã cho tôi niềm vui lớn.
- 난 널 만나 너무 기쁘다.
  - ▶ Gặp bạn tôi rất vui.
- 난 널 다시 보게 되어 너무 기쁘다.
  - ▶ Gặp lại bạn, tôi rất vui.
- 난 네가 잘 있다는 것이 너무 기쁘다.
  - ▶ Tôi rất vui vì bạn vẫn mạnh khỏe.

+ 즐거울 때

- 너무 멋지다!
  - ▶ Tuyệt quá!
- 네가 좋았다니 너무 좋다!
  - ▶ Bạn thích nên tôi vui lắm!
- 모든 결과가 잘 나와서 너무 좋다!
  - ▶ Mọi kết quả đều tốt nên tôi rất vui!
- 너무 만족스러워 웃음이 나온다.
  - ▶ Bật cười vì mãn nguyện quá.

+ 재미있을 때

- 난 …가 좋다.
  - ▶ Tôi thấy … hay.

· 난 클래식 음악이 좋다.
  ▷ Tôi thấy nhạc cổ điển hay.

· 난 영화 보는 것을 좋아한다.
  ▷ Tôi thích xem phim.

✚ 행복할 때

· 너무 행복하다.
  ▷ Hạnh phúc quá.

· 신혼부부는 행복하다.
  ▷ Vợ chồng mới cưới hạnh phúc.

· 내 인생에서 이렇게 행복한 적은 없었어.
  ▷ Cả đời tôi chưa bao giờ hạnh phúc như thế này.

02 걱정과 긴장

✚ 걱정을 물을 때

· 왜 그렇게 작은 일 때문에 걱정하니?
  ▷ Sao lo lắng vì một việc nhỏ như vậy?

· 참을 수 있지?
  ▷ Có chịu được không?

· 민감해 하지 마라!
  ▷ Đừng dễ xúc động quá!

· 화내지마!
  ▷ Đừng nổi giận!

· 나쁜 의도는 없다.
  ▷ Không có ý đồ xấu.

· 그렇게 호들갑을 떨 필요가 뭐가 있니?
  ▷ Có gì mà phải chộn rộn lên?

✚ 걱정스러울 때

- 난 네가 올 수 없다는 것이 느껴진다.
  ▶ Tôi cảm thấy bạn có thể không đến.

- 난 문제 앞에 봉착했다.
  ▶ Tôi đã gặp phải vấn đề.

- 난 큰 문제와 맞닿았다.
  ▶ Tôi đã đương đầu với vấn đề lớn.

- 난 위험에 처했다.
  ▶ Tôi đã đối mặt với hiểm nguy.

- 급박한 위기이다.
  ▶ Khủng hoảng cấp bách.

- 나의 실수로 난 위험에 빠질 것이다.
  ▶ Tôi gặp phải nguy hiểm do sơ xuất của mình.

- 난 예상하지 못한 문제에 맞닿았다.
  ▶ Tôi gặp phải vấn đề không lường trước.

- 난 빚더미에 있다.⑴
  ▶ Tôi đang trong tình trạng nợ nần chồng chất.

- 난 빚더미에 있다.⑵
  ▶ Tôi đang có một đống nợ.

- 난 빚이 많다.
  ▶ Tôi nợ nhiều lắm.

- 난 채무(債務)의 책임이 있다.
  ▶ Tôi có trách nhiệm với khoản nợ.

- 난 빚에 얽혀있다.
  ▶ Tôi đang vướng nợ nần.

✚ 걱정하지 말라고 할 때

- 걱정하지 마라!
  ▶ Đừng lo lắng!

- 그렇게 그것을 가슴에 담아 놓지 마라.

▶ Đừng giữ điều đó trong lòng như thế.

• 너를 향한 나의 감정들을 변하지 않았다.

▶ Tình cảm của tôi hướng về bạn không thay đổi.

• 큰 문제는 아니다.

▶ Không phải vấn đề to tát.

• 항상 해결 방안은 있다.

▶ Thế nào cũng có cách giải quyết.

• 진정해라, 모든 것이 잘될 것이다.

▶ Bình tĩnh đi, mọi chuyện sẽ tốt đẹp thôi.

✚ 긴장과 초조할 때

• 긴장된다.(1)

▶ Căng thẳng quá.

• 긴장된다.(2)

▶ Hồi hộp quá.

• 난 극히 긴장되고 있다.

▶ Tôi đang căng thẳng cực độ.

• 난 긴장해 미칠 것이다.

▶ Tôi căng thẳng đến phát điên.

• 미치겠다.

▶ Phát điên mất.

• 이성을 잃을 것 같다.

▶ Dường như mất hết cả lý trí.

• 머리가 터질 것이다.

▶ Đầu như sắp nổ tung.

• 난 더 할 수 없다.

▶ Tôi không thể chịu hơn.

• 좌불안석이다.

▶ Đứng ngồi không yên.

• 엄청나게 긴장된다.

▶ Căng thẳng khủng khiếp.

• 난 파산 직전에 있다.

▶ Tôi đứng trên bờ vực phá sản.

• 난 무너지고 있다.

▶ Tôi đang bị suy sụp.

✚ **긴장과 초조함을 진정시킬 때**

• 진정해라!

▶ Hãy bình tĩnh!

• 평정심을 유지하세요!

▶ Hãy giữ bình tĩnh!

• 차분히 그것을 해봐라!

▶ Hãy giải quyết điều đó thật bình tĩnh!

• 그렇게 걱정하지 마라!

▶ Đừng lo lắng thế.

03 슬픔과 우울함

✚ **슬플 때**

• 슬퍼하지 마라.

▶ Đừng buồn.

• 난 울고 싶다.

▶ Tôi muốn khóc.

• 내 가족의 과거를 말하는 것이 날 슬프게 한다.

▶ Nói chuyện quá khứ của gia đình làm tôi buồn.

• 그녀는 그녀의 아버지의 죽음에 통곡을 한다.

▶ Cô ấy khóc than về cái chết của bố cô ấy.

• 난 내 자신의 신세에 통곡을 했다.

▶ Tôi than khóc cho số phận của mình.

✚ 우울할 때

- 비는 나를 우울하게 한다.
  ▶ Mưa làm tôi thấy u sầu.

- 난 눈물을 참을 수 있을지 자신이 없다.
  ▶ Tôi không tự tin rằng mình có thể nén khóc.

04 귀찮음과 불평

✚ 짜증날 때

- 구실을 찾지 마라.
  ▶ Đừng tìm cách biện bạch.

- 바보짓 하지마라.
  ▶ Đừng làm trò ngớ ngẩn.

- 나 화났다.
  ▶ Tôi cáu đấy.

- 네가 한 짓을 봐라.
  ▶ Hãy xem hành động của bạn/ Hãy xem bạn đã làm gì.

- 난 화가나 죽을 것 같다.
  ▶ Tôi tức muốn chết đấy.

✚ 불평할 때

- 참을 수 없다.
  ▶ Không thể chịu được.

- 신경질이 난다.
  ▶ Khó chịu quá.

- 난 더 이상 기다릴 수 없다.
  ▶ Tôi không thể chờ đợi thêm.

- 동시에 너무 많은 일을 맡았다.

▶ Đảm nhận cùng lúc nhiều việc quá.

• 난 너무 많은 일을 하고 싶지 않다.

▶ Tôi không muốn làm nhiều việc quá.

• 겨우 숨쉴 시간만 있다.

▶ Chỉ còn mỗi thời gian để thở.

✚ 불만을 나타낼 때

• 가치가 없다.

▶ Không có giá trị gì!

• 논리에 안 맞아!

▶ Không lô gic.

• 헛일이 될꺼야!

▶ Thành việc vô ích thôi!

• 완전히 근본이 없는 것이다.

▶ Hoàn toàn không có cơ sở.

• 그것은 요구를 충족시키지 못한다.

▶ Điều đó không thỏa mãn yêu cầu.

• 바보짓 하지 마라!

▶ Đừng làm điều ngớ ngẩn!

• 요건을 충족시키지 못한다.

▶ Không đạt yêu cầu/ Không thỏa mãn yêu cầu.

05 망각, 후회 그리고 실망

✚ 망각할 때

• 내가 뭐라고 말했죠?

▶ Tôi đã nói gì nhỉ?

• 어디까지죠?

▶ Đến đâu rồi nhỉ?

- 언제까지죠?
  - ▶ Đến khi nào nhỉ?
- 기억나지 않는다.(1)
  - ▶ Tôi không nhớ.
- 기억나지 않는다.(2)
  - ▶ Tôi không nhớ.
- 네가 뭐라고 했니?
  - ▶ Bạn đã nói gì?
- 나 건망증이 있다.
  - ▶ Tôi bị bệnh đãng trí.
- 혀끝에서 말이 맴돈다.
  - ▶ Thật khó giải thích.

✚ 후회할 때

✚ 실망할 때

06 비난과 다툼

✚ 비난할 때

- 너무 역겨운걸!
  - ▶ Thật là ghê sợ!
- 엉터리야!
  - ▶ Lung tung quá!
- 멍청한 짓이야!
  - ▶ Đó là điều ngớ ngẩn!
- 꿈꾸지도 마!
  - ▶ Đừng mơ!
- 너무 허세 부려서는 안 된다고!

▶ Ra vành ra vẻ quá không được đâu!

• 넌 미쳤다고 봐!

▶ Tôi thấy bạn bị điên!

• 그건 단지 네가 원하는 것일 뿐이라고.

▶ Đó chỉ là điều bạn muốn thôi.

• 넌 네가 말한 것에 대해서도 생각조차 하지 않니!

▶ Không thèm suy nghĩ về những gì bạn nói à!

✚ 말싸움할 때

• 다시 한번 해봐!

▶ Nói lại xem nào!

• 봐!

▶ Này!

• 너!

▶ Mày!

• 당신!

▶ Anh (chị) kia!

• 불쌍한 놈!

▶ Đồ đáng thương!

• 이것을 이제 기억하게 될꺼야!

▶ Giờ tao sẽ làm cho mày nhớ ra điều đó!

• 각오해라!

▶ Nhớ lấy!

• 내가 널 때리길 바라냐?

▶ Tao muốn đánh mày hả?

✚ 욕설할 때

• 짐승!(1)

▶ Đồ thú vật!

• 짐승!(2)

　　▶ Đồ súc sinh!

· 속 뒤틀려!
　　▶ Trêu ngươi chọc tức!

· 멍청이!
　　▶ Dở hơi !

· 더러운 놈!
　　▶ Đồ bần tiện!

· 돼지같은 놈!
　　▶ Đồ con lợn!

· 멍청한 놈!(1)
　　▶ Đồ dở hơi!

· 멍청한 놈!(2)
　　▶ Đồ ngốc!

· 멍청한 놈!(3)
　　▶ Đồ điên!

· 근본 없는 놈!(개자식!)
　　▶ Đồ mất dạy!

· 개자식!
　　▶ Đồ chó!

· 저능아!
　　▶ Đồ kém cỏi!

· 거짓말쟁이!
　　▶ Đồ nói dối/ Đồ điêu ngoa!

· 뻔뻔스런 놈!
　　▶ Đồ trơ trẽn!

· 철면피!
　　▶ Đồ mặt dày!

· 도둑놈!
　　▶ Đồ ăn trộm/ quân ăn cắp!

꾸짖을 때

- 내가 말할 때, 잘 들어라!
  ▶ Khi tôi nói phải nghe cho kỹ.

- 그것은 비난받을 만하다.
  ▶ Điều đó thật đáng xấu hổ.

- 널 질책한다!
  ▶ Ăn mắng đấy!

- 입 좀 다물어!
  ▶ Im đi!

- 네 방으로 가!
  ▶ Đi về phòng đi!

- 오늘은 집에서 나가지 마라!
  ▶ Hôm nay không được ra khỏi nhà!

- 오늘은 집에서 종일 있어라!
  ▶ Hôm nay phải ở nhà cả ngày!

- 네 방으로 가서, 네가 했던 것을 잘 생각해봐!
  ▶ Hãy đi về phòng và suy nghĩ kỹ về hành động của mình đi!

07 감탄과 칭찬

감탄을 나타낼 때

- 와!
  ▶ Ồ!

- 뭐!
  ▶ Gì thế...!

- 너무 좋아!
  ▶ Tuyệt quá!

- 너무 환상이야!
  ▶ Thật là lãng mạn/ thật là kỳ diệu!

- 믿을 수 없어!
  - ▶ Không thể tin được!

✚ 칭찬할 때

- 그는 매우 특별하다.
  - ▶ Anh ta rất độc đáo.
- 그는 믿기지 않는 사람이다.
  - ▶ Anh ta là người không thể tin được!
- 항상 (그는) 무엇을 해야하는지 안다.
  - ▶ Anh ta luôn luôn biết phải làm gì.
- 그(녀)는 품위가 있다.
  - ▶ Cô ấy có phẩm hạnh.
- 이 파란색 자켓을 입은 그녀는 예쁘다.
  - ▶ Cô gái mặc áo jacket màu xanh này xinh đẹp.
- 너는 참 옷걸이가 좋다.
  - ▶ Bạn ăn mặc rất đẹp.
- 넌 멋진 체형을 가졌다.
  - ▶ Bạn có thân hình đẹp.
- 너는 매력적이다.
  - ▶ Bạn thật hấp dẫn.
- 너의 머리 스타일은 세련되었다.
  - ▶ Kiểu tóc của bạn rất sành điệu.
- 너는 정말 능력을 가진 사람이다.
  - ▶ Bạn là người thực sự có năng lực.
- 넌 믿겨지지 않는 발레리나이다.
  - ▶ Bạn thật phi thường.
- 넌 정말 기억력이 좋다!
  - ▶ Trí nhớ của bạn tốt thật đấy!
- 넌 베트남어를 아주 잘 말하는 구나.
  - ▶ Bạn nói tiếng Việt giỏi thật.

- 그녀는 믿겨지지 않는 여인이다!
  ▶ Đó là một người phụ nữ kỳ diệu!

✚ 우정을 표현할 때

- 우린 친구야.
  ▶ Chúng ta là bạn.

- 그는 나의 가장 좋은 친구야.
  ▶ Người đó là bạn tốt nhất của tôi.

- 우리는 매우 절친해.
  ▶ Chúng tôi rất tốt với nhau.

- 우리는 매우 친밀해.
  ▶ Chúng tôi rất thân mật.

- 우리는 매우 친밀한 친구들이다.
  ▶ Chúng tôi là những người bạn rất thân thiết.

- 그녀는 나의 가장 좋은 친구이다.
  ▶ Cô ấy là bạn tốt nhất của tôi.

- 그녀는 나의 진심어린 친구이다.
  ▶ Cô ấy là người bạn chân tình của tôi.

08 격려와 위로

✚ 격려할 때

- 힘내!
  ▶ Cố lên!

- 시작해 봐라!
  ▶ Hãy thử bắt đầu đi!

- 두려워하지 마라.
  ▶ Đừng sợ/ Đừng ngại.

- 꿋꿋해라.

▸ Hãy rắn rỏi lên.

• 조금만 더!

▸ Cố một chút nữa!

• 시도해봐라!

▸ Hãy thử xem!

• 시험해 봐라!

▸ Hãy thí điểm xem!

• 네 운을 시험해 봐라!

▸ Hãy thử vận may của mình xem!

• 네가 무엇을 할 수 있는지 봐라!

▸ Hãy xem mình có thể làm được gì!

• 가능한 모든 것을 해라!

▸ Hãy làm mọi thứ trong phạm vi có thể!

• 낙담하지 마라!

▸ Đừng bi quan!

• 그것을 포기하지 마라!

▸ Đừng từ bỏ điều đó!

• 더 강해져라!

▸ Hãy mạnh mẽ lên!

• 미래가 밝다.

▸ Tương lai tươi sáng.

• 넌 그것을 잘 해왔다.

▸ Bạn làm điều đó rất tốt.

• 내가 널 도와줄 꺼야.

▸ Tôi sẽ giúp bạn.

• 후회하지 마라.

▸ Đừng hối tiếc.

• 더 좋은 일이 생길 것이다.

▸ Sẽ có điều tốt lành hơn đến với bạn.

• 우리 앞길에는 어떤 장애물도 없다.

▷ Không có trở ngại nào trên con đường của chúng ta.

• 봄에 씨 뿌린 사람이 가을에 수확을 거둔다.

▷ Người gieo hạt mùa xuân sẽ thu hoạch vào mùa thu.

✚ 위로할 때

• 내가 너와 함께 있어.

▷ Tôi ở bên bạn.

• 항상 내가 네 옆에 있을게.

▷ Lúc nào tôi cũng sẽ ở bên bạn.

• 내가 널 도울 께.

▷ Tôi sẽ giúp bạn.

• 내가 널 도울 꺼야.

▷ Tôi sẽ giúp đỡ bạn.

• 우리가 널 도울 꺼야.

▷ Chúng tôi sẽ giúp bạn.

• 나를 믿을 수 있을 꺼야.

▷ Có thể tin ở tôi.

• 넌 우리를 믿을 수 있을 꺼야.

▷ Bạn có thể tin ở chúng tôi.

• 넌 나와 함께 이야기를 나눌 수 있단다.

▷ Bạn có thể chia sẻ tâm sự với tôi.

• 조속한 회복을 기원합니다.

▷ Chúc mau chóng bình phục.

• 진심으로 조속한 회복을 기원합니다.

▷ Chân thành chúc mau chóng bình phục.

• 조속히 회복되었으면(바램입니다)!

▷ (Mong) Ước gì mau chóng bình phục!

✚ 믿음을 보일 때

• 난 널 믿는다.

▷ Tôi tin bạn.

• 난 네게 믿음을 가지고 있다.

▷ Tôi có lòng tin ở bạn.

• 넌 나의 믿음을 고려하렴.

▷ Bạn hãy nhớ đến sự tin cậy của tôi.

• 넌 믿을 만한 친구다.

▷ Bạn là người bạn đáng tin cậy.

• 난 결코 너의 신의를 의심하지 않는다.

▷ Tôi không bao giờ nghi ngờ độ tin cậy của bạn.

• 넌 나의 전폭적인 신임을 얻었다.

▷ Bạn đã chiếm được lòng tin tuyệt đối của tôi.

09 좋아함과 싫어함

✚ 좋아하는 것을 말할 때

• 난 ...좋다.

▷ Tôi thích ...

• 난 ...매료되었다.

▷ Tôi mê...

• 난 클래식 음악이 좋다.

▷ Tôi thích nhạc cổ điển.

• 난 베트남 음식에 매료되었다.

▷ Tôi mê món ăn Việt Nam.

• 그[그녀 · 당신]는 스포츠를 좋아한다.

▷ Anh ấy thích thể thao.

• 그[그녀 · 당신]는 베트남 문학에 빠져있다.

▷ Anh ấy say mê văn học Việt Nam.

• 그[그녀 · 당신]는 농구에 열광한다.

▷ Anh ấy đam mê bóng rổ.

- 난 대중음악보다는 고전음악이 더 좋다.
  - ▶ Với tôi, nhạc cổ điển hay hơn âm nhạc đại chúng.
- 난 커피보다는 차를 선호한다.
  - ▶ Tôi thích trà hơn cà phê.
- 난 영화관이 좋다. 하지만, 극장은 더 좋다.
  - ▶ Với tôi rạp chiếu phim cũng thích nhưng nhà hát kịch tốt hơn.
- 하나를 골라야 한다면, 이것을 고르겠어.
  - ▶ Nếu phải chọn một, tôi chọn cái này.
- 난 가면 갈수록 이 일이 좋아진다.
  - ▶ Thời gian càng trôi qua việc này càng tốt hơn.
- 난 여기의 기후가 너무 맘에 든다.
  - ▶ Tôi rất thích khí hậu ở đây.
- 나에게 잘 맞는다.
  - ▶ Rất phù hợp với tôi.
- 난 그[그녀 · 당신]에게 많은 호감이 있다.
  - ▶ Tôi có nhiều thiện cảm với anh ấy (cô ấy, anh).
- 난 네가 너무 그립니다.
  - ▶ Tôi rất nhớ bạn.
- 너를 얼마나 그리워하는지 넌 알 수가 없다.
  - ▶ Bạn không thể biết tôi nhớ bạn biết bao.
- 너를 얼마나 생각하는지 넌 알 수가 없다.
  - ▶ Bạn không thể biết tôi nghĩ nhiều đến bạn như thế nào.
- 훙이는 란에게 미쳐있다.
  - ▶ Hùng mê Lan như điên.
- 타잉은 화에 대해 사랑에 빠졌다.
  - ▶ Thành phải lòng Hoa.

✚ 싫어하는 것을 말할 때

- 너무 애먹여!
  - ▶ Mệt lắm!

• 너무 싫다!

  ▶ Chán quá!

• 역겹다!

  ▶ Ghê sợ quá!

• 진저리난다!

  ▶ Ghét cay ghét đắng!

• 재수 없다!

  ▶ Khỉ thật/ Đen thật!

• 난 수학공부하는 것이 싫다.

  ▶ Tôi ghét học toán học.

• 난 싫다.

  ▶ Tôi không thích.

• 난 그[그녀 · 당신]의 방법이 싫다.

  ▶ Tôi không thích phương pháp của anh ấy (cô ấy, anh).

• 지긋지긋하다.

  ▶ Mệt mỏi quá.

• 지친다.

  ▶ Mệt quá.

• 지겹다.

  ▶ Chán quá.

• 널 증오한다.

  ▶ Tôi chán ghét bạn.

• 이제 난 더 이상 참을 수 없다.

  ▶ Giờ thì tôi không thể chịu thêm nữa.

• 악몽이었다.

  ▶ Thật là ác mộng.

• 새벽에 일어나야 하는 것이 너무 싫다.

  ▶ Tôi rất ghét phải dậy lúc sáng sớm.

01 약속

✚ 약속을 청할 때

- 주말에 시간있니?
  ▶ Cuối tuần có thời gian không?

- 토요일에 한가하니?
  ▶ Thứ bảy có rỗi không?

- 널 집에 식사 초대하고 싶어.
  ▶ Tôi muốn mời bạn đến nhà ăn cơm.

- 우리 집에 식사하러 오지 않을래?
  ▶ Không đến nhà tôi ăn cơm ư?

- 목마르지 않아? 내가 한잔 살게.
  ▶ Không khát à, tôi mời một ly.

- 뭐 먹고 싶지? 내가 쏜다.
  ▶ Bạn muốn ăn gì, tôi khao.

- 오늘 저녁에 우리 함께 식사나 하자. 올래?
  ▶ Tối nay chúng ta cùng ăn tối nhé, bạn đến chứ?

- 오늘 함께 저녁 먹자. 우리랑 함께 가자고?
  ▶ Hôm nay chúng ta cùng ăn tối nhé, hãy đi cùng chúng tôi?

- 오늘 저녁에 식사하는데, 너 오는 거지. 아니니?
  ▶ Bữa tối nay bạn sẽ đến chứ, phải không?

- 오늘밤에 생일 파티를 할 예정이야, 너 안 올래?
  ▶ Tối nay dự định mở tiệc sinh nhật, bạn định không đến ư?

- 이번 주 일요일에 파티를 하려고 하는데, 너 올꺼지?
  ▶ Chủ nhật tuần này tôi định mở tiệc, bạn sẽ đến chứ?

- 나는 네가 이번주 토요일의 소풍에 왔으면 좋겠다.
  ▶ Tôi mong bạn sẽ cùng đi dã ngoại vào thứ bảy tuần này.

• 네가 원한다면, 누군가를 데려와도 돼.
  ▶ Nếu bạn muốn có thể dẫn ai đi cùng cũng được.

• 공원에서 너와 거닐고 싶은데, 함께 하지 않을래?
  ▶ Tôi muốn đi dạo với bạn ở công viên, bạn sẽ đi cùng chứ?

• 너 시간되면, 일요일에 배드민턴 함께 치자.
  ▶ Nếu bạn có thời gian, chủ nhật chúng ta cùng chơi cầu lông nhé.

• 너 오늘 저녁에 콘서트에 가고 싶지 않니?
  ▶ Tối nay bạn có muốn đi nghe hòa nhạc không?

• 너를 우리 결혼식에 초대할 수 있을까?
  ▶ Chúng tôi có thể mời bạn đến dự đám cưới không?

• 내일 함께 저녁 식사해요, 어때요?
  ▶ Ngày mai chúng ta cùng ăn tối nhé, bạn thấy thế nào?

✚ 스케줄을 확인할 때

• 그는 네게 이번 주 금요일에 약속을 정하기 위해 전화를 했다.
  ▶ Người đó gọi điện thoại để xếp hẹn vào thứ sáu tuần này với bạn.

✚ 약속 시간과 날짜를 정할 때

• 수요일이 괜찮겠니?
  ▶ Thứ tư được chứ?

• 무슨 요일이 네게 좋겠니?
  ▶ Thứ mấy thì tốt đối với bạn?

• 금요일에 만나는 것이 어떠신지요?
  ▶ Gặp nhau vào thứ sáu thế nào ạ?

• 몇 시에 만날 수 있을 까요?
  ▶ Mấy giờ có thể gặp được?

• 우리의 약속날짜를 당신과 정하고 싶습니다.
  ▶ Chúng tôi muốn cùng bạn định ngày hẹn.

• 별다른 일이 없다면, 화요일로 제안하고 싶은데.

▶ Nếu không có gì đặc biệt, tôi muốn đề nghị ngày thứ ba.

• 전 우리가 언제 만날 수 있는지 알기 위해 전화했습니다.

▶ Tôi gọi điện để biết khi nào chúng ta có thể gặp nhau.

• 전 루언 박사님과 면담 일정을 정하고 싶습니다.

▶ Tôi muốn lên lịch trao đổi với tiến sỹ Luận.

• 사고에 관해 말씀해주실 수 있는 시간을 제게 알려주실 수 있는지 알고 싶습니다.

▶ Tôi muốn anh (chị) cho biết khi nào có thời gian để nói chuyện với chúng tôi về vụ tai nạn.

• 가능하다면, 당신과 모임을 가졌으면 합니다.

▶ Nếu có thể, tôi muốn gặp gỡ anh.

• 그럼 우리 5일 7시에 만나자.

▶ Vậy thì chúng ta sẽ gặp nhau lúc 7 giờ ngày mùng 5.

✚ 약속 장소를 정할 때

• 우리 어디에서 만날까?

▶ Chúng ta sẽ gặp nhau ở đâu?

• 우리 지하철역에서 보자. 괜찮아?

▶ Chúng ta sẽ gặp nhau ở bến tàu điện ngầm, được chứ?

• 학교 근처 커피전문점이 있어. 어때?

▶ Có quán cà phê ở gần trường đấy, thế nào?

• 교보문고 입구로 올래?

▶ Đến cửa tiệm sách Kyobo được không.

• 모임을 어디에서 개최하는 것이 좋을까요?

▶ Buổi gặp gỡ tổ chức ở đâu thì tốt?

✚ 약속 제안에 승낙할 때

• 정말? 너무 좋아, 고마워.

▶ Thật sao, hay quá, cảm ơn.

• 멋진데! 난 한가하다고.

▶ Tuyệt vời, tôi rỗi mà.

• 너무 좋아! 나 할게 없었는데.
> Hay quá, tôi không có việc gì cả.

• 너무 좋아! 어떤 옷을 입어야 하니?
> Hay quá, phải ăn mặc thế nào nhỉ?

• 알았어, 월요일에 보자.
> Biết rồi, hẹn gặp vào thứ hai.

• 좋아, 그때 보자.
> Được, hẹn gặp lại hôm đó nhé.

• 왜 안되겠어.
> Sao không được.

• 초대 고마워, 제시간에 갈게.
> Cảm ơn đã mời tôi, tôi sẽ đến đúng giờ.

• 좋은 것 같아. 내가 뭐 가져갈까?
> Có vẻ hay đấy, tôi nên mang gì tới?

• 기쁨마음으로 초대에 응하겠습니다. 참 친절하시네요.
> Tôi rất vui lòng nhận lời. Bạn thật tử tế.

✚ 약속 제안을 거절할 때

• 미안해, 불가능할 꺼야.
> Xin lỗi, chắc là tôi không thể.

• 미안해, 우리 다음 번에 약속을 정하자.
> Xin lỗi, chúng ta hẹn dịp khác vậy.

• 고마워, 그런데 갈 수가 없어.
> Cảm ơn, nhưng tôi không đi được.

• 참 친절하구나, 그런데 내가 갈 수가 없어.
> Bạn thật tử tế nhưng tôi không thể đi được.

• 난 조금 힘들다고 봐.
> Tôi thấy có lẽ hơi khó.

• 미안, 내가 네게 나중에 전화해 줄게.
> Xin lỗi, tôi sẽ gọi điện cho bạn sau.

- 미안, 다른 날이라면 동의할 수 있어.
  - ▶ Xin lỗi, Nếu là ngày khác tôi sẽ đồng ý.

- 정말 가고 싶었는데, 하지만 내가 이번 주말에는 시간이 안돼.
  - ▶ Tôi thật sự muốn đi nhưng cuối tuần này tôi không có thời gian.

- 정말 가고 싶었는데, 이번 주에 다른 약속이 있어서.
  - ▶ Tôi thực sự muốn đi nhưng tuần này tôi có hẹn.

- 안타깝다! 오늘밤에 이미 다른 해야할 일이 있어.
  - ▶ Tiếc quá! tối nay tôi đã có việc khác phải làm.

- 아쉽다! 오늘밤에 이미 다른 계획을 가지고 있어.
  - ▶ Tiếc quá! Tối nay tôi đã có kế hoạch khác rồi.

- 아쉽다! 네가 미리 말해줬다면 좋았을 텐데.
  - ▶ Tiếc quá! Giá như bạn nói sớm thì tốt.

- 다른 시간에 간다면 갈 수 있어. 하지만, 오늘밤에는 이미 약속이 있다.
  - ▶ Nếu vào thời gian khác, tôi có thể đi nhưng tối hôm nay tôi đã có hẹn rồi.

- 미안, 이번 주말에 해야할 일이 엄청 많아.
  - ▶ Xin lỗi, cuối tuần này tôi có rất nhiều việc phải làm.

- 이번 주는 엄청 바빠서, 못 갈 것 같아.
  - ▶ Tuần này, bận lắm có lẽ không đi được.

02 초대

➕ 초대할 때

- 너 초대한다.
  - ▶ Tôi mời bạn.

- 올래?
  - ▶ Đến chứ?

- 오고 싶니?
  - ▶ Có định đến không?

• 이봐, 우리 파티에 함께 가자!
  ▶ Này, hãy cùng đến dự tiệc với chúng tôi!

• 난 너 파티에 초대한다.
  ▶ Tôi mời bạn đến dự tiệc.

• 파티에 오지 않을래?
  ▶ Bạn có đến dự tiệc không?

• 너 파티에 올 의향 있니?
  ▶ Bạn có định đến dự tiệc không?

• 네게 우리 집의 문은 활짝 열려있다.
  ▶ Cánh cửa nhà tôi luôn rộng mở chờ đón bạn.

• 난 네가 우리의 귀빈이 되어주길 원해.
  ▶ Tôi mong bạn sẽ là khách quí của chúng tôi.

• 전 당신이 제 초대에 잘 응해주시길 희망합니다.
  ▶ Tôi hy vọng anh (chị) sẽ nhận lời mời của tôi.

✚ 초대에 응할 때

• 알았어, 고마워.
  ▶ Tôi biết rồi, cảm ơn.

• 알았어. 어디야?
  ▶ Tôi biết rồi, ở đâu?

• 좋아!
  ▶ Hay quá!

• 좋아, 고마워!
  ▶ Được, cảm ơn!

• 좋았어, 동의해!
  ▶ Hay lắm, tôi đồng ý!

• 기꺼이 (갈게)!
  ▶ Tuyệt vời!

• 알았어. 너무 좋은데, 고마워.
  ▶ Biết rồi, hay lắm, tôi cảm ơn.

- (내 생각에) 최고야!
  ▶ Tuyệt nhất đấy.

- 물론이죠
  ▶ Tất nhiên rồi.

- 네, 전 너무 좋아요.
  ▶ Vâng, tôi thích lắm.

- 네, 원하던 바였습니다.
  ▶ Vâng, tôi đã rất mong chờ.

- 안 간다고 말할 수 없죠.
  ▶ Làm sao tôi có thể từ chối.

- 누가 거부할 수 있겠어요!
  ▶ Ai có thể từ chối được!

- 고맙습니다. 당신의 초대에 감사 드립니다.
  ▶ Cảm ơn. Xin cảm ơn về lời mời của anh.

- 고맙습니다. 당신의 초대에 전 매우 기쁩니다.
  ▶ Cảm ơn. Tôi rất vui với lời mời của anh.

- 절 그렇게 생각해주셨다니 매우 감사드립니다.
  ▶ Rất cảm ơn vì đã nghĩ đến tôi như thế.

- 당신의 초대를 받아들이게 되어 매우 영광으로 생각합니다.
  ▶ Được nhận lời mời của anh tôi thấy rất vinh dự.

- 당신의 정성스런 초대를 받아들이지 않을 수 없습니다.
  ▶ Tôi không thể không nhận lời mời thịnh tình của anh.

✚ 초대에 응할 수 없을 때

- 안돼!
  ▶ Không được!

- 감사하지만, 안되겠습니다!
  ▶ Cảm ơn nhưng không được!

- 아뇨, 갈 수 없습니다.
  ▶ Không, tôi không thể đi được.

• 감사하지만, 지금은 안되겠어요.
> Cảm ơn nhưng bây giờ thì không được.

• 대단히 감사합니다만, 전 갈 수 없습니다.
> Rất cảm ơn nhưng tôi không thể đi được.

• 응할 수 없습니다.
> Tôi không thể (đáp lại lời mời).

• 감사합니다만, 전 불가능합니다.
> Cảm ơn nhưng tôi không thể.

• 미안합니다. 전 불가능합니다.
> Xin lỗi, tôi không thể.

• 안돼요, 다른 날 그렇게 해요!
> Không được, để ngày khác đi!

• 정말 가고싶었는데, 하지만 갈 수 없어요.
> Tôi thực sự muốn đi nhưng không thể đi được.

• 아쉬워요, 전 갈 수 없어요!
> Tiếc quá, tôi không đi được!

• 아쉬워요. 사실은 다른 일들이 있어서요.
> Tiếc quá, thật ra tôi đã có việc khác.

• 못 가는 것이 얼마나 아쉬운지!
> Thật tiếc biết bao vì không đi được!

• 미안해요, 사실은 한가지 일을 해야만 해서요.
> Xin lỗi, vì thật ra tôi còn phải làm một việc.

• 너무 아쉬워요. 오늘은 응할 수 없지만, 아마도 더 나중에는 (괜찮을 듯해요).
> Tiếc quá, hôm nay tôi không nhận lời được nhưng lần sau (có lẽ được).

• 고마워요. 하지만, 이번에는 제게 약속(일)이 있어서요.
> Cảm ơn nhưng lần này tôi đã có hẹn rồi.

• 미안해요. 다른 약속이 있어요.
> Xin lỗi. Tôi có hẹn khác rồi.

• 당신의 초대에 매우 감사드립니다. 전 가고 싶었었습니다.

▸ Xin cảm ơn lời mời của anh. Tôi cũng muốn đến mà.

03 방문

✚ 방문했을 때

- 여기가 남씨 댁입니까?
  ▸ Đây có phải là nhà anh Nam?

- 여기에 산씨가 살고 있나요?
  ▸ Anh San sống ở đây phải không ạ?

- 남 씨가 이 호텔에 묵고 계십니까?
  ▸ Anh Nam trọ ở khách sạn này phải không ạ?

- 링 여사는 댁에 계십니까?
  ▸ Bà Linh có nhà không ạ?

- 잠깐 뵈었으면 합니다.
  ▸ Tôi muốn gặp một chút.

- 홍이라는 사람이 뵈러 왔다고 전해주십시오.
  ▸ Xin hãy chuyển lời có Hùng đến gặp ạ.

✚ 손님을 맞이할 때

- 어떤 분이라 전할까요?
  ▸ Tôi sẽ chuyển lời rằng anh là ai ạ?

- 명함을 주시겠습니까?[=주십시오.]
  ▸ Cho tôi xin danh thiếp được không? (Cho tôi xin danh thiếp).

✚ 방문객을 대접할 때

- 네게 뭔가를 대접하고 싶어.
  ▸ Tôi muốn mời bạn cái gì đó.

- 이제 이곳이 네 집이라고 알아주길.
  ▸ Bạn hãy coi đây như nhà của mình.

- 당신께 무엇을 해드릴까요?
  - ▷ Tôi làm gì cho bạn nào/ Bạn cần gì không?
- 당신께 한가지를 드리고 싶습니다.
  - ▷ Tôi muốn tặng bạn một thứ.
- 당신께 한가지를 드리겠습니다.
  - ▷ Tôi sẽ tặng anh (chị) một thứ.
- 뭔가 필요하다면 내게 알려줘.
  - ▷ Nếu bạn cần gì hãy nói cho tôi biết.

✚ 방문을 마칠 때

- 초대에 감사 드립니다.
  - ▷ Cảm ơn đã mời tôi.
- 멋진 밤이었어요, 감사합니다.
  - ▷ Thật là một buổi tối tuyệt vời. Xin cảm ơn.
- 너무 맛있는 저녁 감사했습니다.
  - ▷ Cảm ơn vì bữa tối ngon miệng.
- 진짜 너무 늦었군요. 전 가봐야겠습니다.
  - ▷ Thật là muộn quá rồi. Tôi phải về thôi.
- 열렬한 환대에 감사드립니다.
  - ▷ Cảm ơn đã đón tiếp tôi nhiệt tình.
- 파티에서 좋은 시간 보냈습니다. 감사합니다.
  - ▷ Bữa tiệc rất vui. Xin cảm ơn.

✚ 주인으로서의 작별 인사

- 와 주셔서 감사해요.
  - ▷ Cảm ơn vì bạn đã tới.
- 여러분들을 뵙게 되서 너무 좋습니다.
  - ▷ Tôi rất vui được gặp các bạn.
- 와주셔서 너무 좋습니다!
  - ▷ Tôi rất vui vì các bạn đã tới!

- 방문 감사합니다!
  ▸ Cảm ơn đã đến thăm!
- 여러분이 오실 수 있었다는 것이 너무 좋습니다.
  ▸ Rất vui vì các bạn đã đến.
- 왜 좀 더 계시면 안되나요?
  ▸ Sao không ở chơi lâu hơn được ư?
- 좀더 여기에 계실 수 있잖아요?
  ▸ Ở chơi thêm một chút nữa được không?
- 또 오세요!
  ▸ Lại đến chơi nữa nhé!
- 언제든 오세요!
  ▸ Khi nào lại đến nhé!
- 또 오시는 것 잊지마세요!
  ▸ Nhớ lại đến chơi nhé!

✚ 나갈 때

- 가자!
  ▸ Đi thôi!
- 우리 가자고!(1)
  ▸ Chúng ta đi thôi!
- 우리 가자고!(2)
  ▸ Chúng ta đi thôi nhé!
- 우리 갈래?
  ▸ Chúng ta đi nhé!
- 우린 가야만 한다.
  ▸ Chúng ta phải đi thôi.
- 시간 되었네, 우리 가지요.
  ▸ Đến giờ rồi, chúng ta đi thôi.
- 출발하죠!
  ▸ Xuất phát thôi!

- 길을 나서자고요!
  ▶ Lên đường thôi!
- 출발할 준비되었죠?
  ▶ Đã chuẩn bị xuất phát chưa?
- 곧 끝나죠?
  ▶ Sắp xong rồi chứ?
- (물러)가라!
  ▶ Cút đi!
- 우리 빠져나가죠!
  ▶ Chúng ta đi thôi!

04 식사

✚ 식사를 제안할 때

- 네게 식사를 사주고 싶다.
  ▶ Tôi muốn mời bạn ăn cơm.
- 우리 함께 식사하자.
  ▶ Chúng ta hãy cùng ăn cơm.
- 시간이 되면 함께 저녁 식사하자.
  ▶ Nếu có thời gian, chúng ta hãy cùng ăn tối.
- 나랑 뭐 좀 먹을래?
  ▶ Đi ăn gì với tôi không?

✚ 식사할 때

- 웨이터! 이제 우리 주문할 수 있습니다.
  ▶ Em ơi, giờ chúng tôi có thể gọi món được rồi.
- 우리 이제 (주문) 결정되었어요.
  ▶ Bây giờ chúng tôi đã quyết định chọn món (gọi món) rồi .
- 이제 우리 뭐 먹을지 결정했습니다.

▶ Giờ chúng tôi đã quyết định sẽ ăn món gì.

• 이제 주문서에 기록을 할 수 있습니까?

▶ Bây giờ ghi vào phiếu đặt món được không?

• 와인 한병 가져다 주세요.

▶ Hãy mang cho chúng tôi một chai rượu.

• 물을 가져다 주시겠습니까?

▶ Mang nước cho tôi được không?

• 고기는 어떻게 해드릴까요?

▶ Món thịt, muốn làm thế nào ạ?

• (고기) 어떻게 준비해드릴 까요?

▶ Món thịt, quí khách muốn chúng tôi chuẩn bị thế nào ạ?

• 레어(rare) / 미디엄(medium) / 웰던(well done)

▶ Tái / vừa, chín tới / nhừ

✚ 술을 권할 때

• 우리 한잔합시다!

▶ Chúng ta uống một chút nhé!

• 당신께 한잔 사고 싶습니다. 어떠세요?

▶ Tôi muốn mời anh một chén. Thế nào ạ?

• 저와 한잔하시겠습니까?

▶ Uống với tôi một chén chứ?

• 우리 한잔하는게 어때요?

▶ Chúng ta uống một chút, bạn thấy thế nào?

• 우리와 함께 술 한잔 하러가지요!

▶ Chúng ta đi để cùng nhau uống rượu!

• 우리 한잔하러 가요! 시간 있어요?

▶ Chúng ta đi uống rượu đi, có thời gian không?

✚ 전화를 걸기 전에

- 전화를 사용할 수 있을 까요?

  ▶ Dùng điện thoại được không ạ?

- 어떻게 전화를 이용할 수 있는지요?

  ▶ Dùng điện thoại thế nào?

- 공중전화 부스는 어디에 있습니까?

  ▶ Bốt điện thoại công cộng ở đâu ạ?

- 이 번호로 전화 거는 방법을 가르쳐 주세요.

  ▶ Xin hãy hướng dẫn gọi điện thoại theo số này.

✚ 전화를 걸 때

- 저는 남 입니다.

  ▶ Tôi là Nam

- 화씨를 바꿔주세요.

  ▶ Xin hãy chuyển máy cho Hoa.

- 밍씨와 통화를 할 수 있을까요?

  ▶ Tôi có thể nói chuyện điện thoại với Minh được không?

- 여보세요. 홍씨입니까?

  ▶ Alô, anh là Hùng phải không?

- 영어로 말해도 되겠습니까?

  ▶ Tôi nói tiếng Anh có được không?

- 영어를 할 줄 아는 사람을 바꿔 주세요.

  ▶ Xin hãy chuyển máy cho người nào biết tiếng Anh.

- 이 전화를 수미씨에게 연결시켜 주세요.

  ▶ Xin hãy kết nối cuộc gọi này với chị Su Mi.

✚ 전화가 걸려왔을 때

- 여보세요.
  ▷ A lô.
- 말씀하세요.
  ▷ Nói đi ạ.
- 누구시죠?
  ▷ Ai đấy ạ?
- 어느 분과 통화를 하고 있는지요?
  ▷ Tôi đang nói chuyện điện thoại với ai đấy ạ?
- 좀 더 천천히 말해 주세요.
  ▷ Xin hãy nói chậm hơn ạ.

✚ 전화를 바꿔줄 때

- 잠시만 기다려 주세요.
  ▷ Xin đợi một lát.
- 잠시만 요.
  ▷ Đợi chút.
- 그녀는 지금 외출중입니다.
  ▷ Hiện cô ấy không có ở văn phòng.

✚ 전화를 받을 수 없을 때

- 다시 전화해 주시겠습니까?
  ▷ Anh gọi lại được không ạ?
- 죄송합니다만, 마이씨는 잠시 바쁩니다.
  ▷ Xin lỗi, cô Mai đang bận một chút.

✚ 다시 전화할 때

- 잠시 후에, 전화하겠습니다.
  ▷ Một lát nữa tôi sẽ gọi lại.
- 제가 잠시후에 전화드릴 수 있을까요?

▶ Một lát nữa tôi gọi lại được không?

✚ 메시지를 부탁할 때

• 그에게 전화가 왔었다고 전해주세요.
▶ Xin hãy chuyển lời nhắn có điện thoại đến anh ấy.

• 제게 전화해 달라고 전해주세요.
▶ Xin hãy nhắn anh ấy gọi điện thoại lại cho tôi.

✚ 잘못 걸려온 전화를 받았을 때

• 잘못된 번호입니다.
▶ Số điện thoại sai.

• 번호를 잘못 누른 것같습니다.
▶ Hình như anh bấm nhầm số.

✚ 장거리 및 국제전화를 이용할 때

• 장거리 전화 부탁합니다.
▶ Tôi muốn gọi điện thoại đường dài.

• 한국으로 전화하고 싶습니다.
▶ Tôi muốn gọi điện về Hàn Quốc.

• 제게 연결되는데는 얼마나 걸릴까요?
▶ Để gọi cho tôi, có mất nhiều thời gian không?

• 영어로 말해도 좋습니까?
▶ Nói bằng tiếng Anh được không ạ?

• 영어를 할 줄 아는 분 없습니까?
▶ Không có ai biết tiếng Anh ư?

✚ 교환을 이용할 때

• 요금은 수취인 지불로 해주세요.
▶ Cước gọi xin hãy tính cho người nhận.

• 수취인지불(콜렉트콜)로 전화를 걸고 싶습니다.

▸ Tôi muốn gọi điện thoại người nghe trả cước.

• 요금은 제가 지불하겠습니다.

▸ Tôi sẽ trả cước phí.

• 긴급입니다.

▸ Gấp lắm.

• 끊지 말고 기다려 주세요.

▸ Đừng gác máy, xin hãy chờ một chút.

• 일단, 끊고 기다려주세요.

▸ Trước tiên, hãy dập máy và đợi một chút.

✚ 통화에 문제가 있을 때

• 통화 중 입니다.

▸ Đang bận điện thoại.

• 다른 전화를 사용하고 있습니다.

▸ Đang dùng điện thoại khác.

✚ 전화를 끊을 때

• 나중에 다시 전화하겠습니다.

▸ Tôi sẽ gọi lại sau.

• 누군가 문가에 있어서요. 제가 나중에 전화 드릴께요.

▸ Có ai đó ngoài cửa. Tôi sẽ gọi lại sau nhé.

• 누군가 통화대기를 하고 있네요. 우리 나중에 통화할 수 있을까요?

▸ Có ai đó đang đợi điện thoại, chúng ta gọi lại sau được không?

• 저 일하러 다시 가야합니다. 안녕히 계세요.

▸ Tôi phải trở lại làm việc, chào bạn.

• 미안해. 누군가 다른 전화로 통화할 사람이 있어서. 안녕!

▸ Xin lỗi. Có ai đó gọi điện đến bằng điện thoại khác, tạm biệt nhé!

• 실례합니다, 전 다른 회선에 호출이 있습니다.

▶ Xin lỗi, có tín hiệu ở đường dây khác.

• 나 지금 가야해. 우리 또 통화하자.

▶ Tôi phải đi đây. Chúng ta lại gọi điện thoại sau nhé.

• 더 시간이 없을 것 같아.

▶ Có lẽ không còn thời gian nữa.

• 그럼, 네게 전화하는 것 잊지마.

▶ Thế nhé, đừng quên điện gọi điện thoại cho tôi.

06 화제표현

✚ 출신지에 대해서

- 넌 어디 출신이니?
  ▷ Bạn quê ở đâu?
- 당신은 어디에서 왔습니까?
  ▷ Anh từ đâu đến?
- 전 이곳에 처음 온 사람입니다.
  ▷ Tôi là người lần đầu tiên đến đây.
- 전 대한민국 사람입니다.
  ▷ Tôi là người Đại Hàn Dân Quốc.
- 전 한국인입니다.
  ▷ Tôi là người Hàn Quốc.
- 전 베트남 출신입니다.
  ▷ Tôi sinh ra ở Việt Nam.
- 전 스페인사람입니다.
  ▷ Tôi là người Việt nam.

주요 국명/ 국명 형용사	
미국	Mỹ
중국	Trung Quốc
일본	Nhật bản
영국	Anh
프랑스	Pháp
독일	Đức
러시아	Nga
멕시코	Mêhicô

| 아르헨티나 | Ác hen ti na |
| 브라질 | Bra xin |

✚ 나이에 대해서

- 너 몇 살이니?
  - ▶ Bạn bao nhiêu tuổi?
- 전 16살입니다.
  - ▶ Tôi 16 tuổi.

02 가족 관계

✚ 가족에 대해서

- 너희는 대가족이니?
  - ▶ Bạn sống cùng đại gia đình ư?
- 너희 가족은 몇 명이니?
  - ▶ Gia đình bạn có mấy người?
- 우리 가족은 4명이다.
  - ▶ Gia đình tôi có 4 người.
- 저는 부모님과 아직 살고 있습니다.
  - ▶ Tôi vẫn sống với cha mẹ.
- 애(자녀)는 있니?
  - ▶ Bạn có con chưa?
- 애(자녀)는 몇 명이니?
  - ▶ Bạn có mấy con?
- 너희 부모님은 뭐하시니?
  - ▶ Bố mẹ bạn làm gì?
- 아버지는 무역회사를 경영하신다.
  - ▶ Bố tôi kinh doanh công ty thương mại.
- 아버지는 선생님이시고, 어머니는 간호사이시다.

▶ Bố tôi là giáo viên còn mẹ tôi là y tá.

• 어머니는 가정주부이시고, 아버지는 이제 은퇴하셨다.

▶ Mẹ tôi làm nội trợ còn bố tôi giờ đã nghỉ hưu.

직 업			
공무원	công chức	의사	Bác sỹ
군인	quân nhân, bộ đội	약사	Dược sỹ
과학자	nhà khoa học	비서	Thư ký
기술자	kỹ sư	통역사	Thông dịch
디자이너	nhà thiết kế	경찰	Cảnh sát
미용사	chuyên gia sắc đẹp, nhà tạo mẫu tóc	사장	Giám đốc
배우	Diễn viên	요리사	Người nấu bếp, đầu bếp
변호사	Luật sư	가이드	Hướng dẫn viên du lịch
번역사	Biên dịch	스튜어디스	Tiếp viên hàng không
아나운서	Phát thanh viên	화가	Họa sỹ

• 네 집사람은 일하니?

▶ Vợ bạn có đi làm không?

• 넌 어디에서 살았었니?

▶ Bạn đã sống ở đâu?

• 넌 어디서 컸니?

▶ Bạn lớn lên ở đâu?

• 네 아들[딸]은 몇 살이니?

▶ Con trai (con gái) bạn mấy tuổi rồi?

• 난 나의 가족을 사랑한다.

▶ Tôi yêu gia đình tôi.

• 전 제 가족을 좋아합니다.

▶ Tôi thích gia đình tôi.

• 제 가족은 제게 매우 소중합니다.

▶ Gia đình tôi đối với tôi rất quan trọng.

• 제게는 가족이 첫 번째입니다.

▶ Đối với tôi, gia đình là số một.

• 전 가족 중에 미운 오리새끼입니다.

▶ Tôi là chú vịt con xấu xí trong gia đình.

• 저는 아버지와 잘 지내지 못합니다.

▶ Tôi không hòa hợp với bố lắm.

• 저희 가족은 조금 복잡합니다.

▶ Gia đình tôi hơi phức tạp.

✚ 형제자매에 대해서

• 형제는 있니?

▶ Bạn có anh chị em không?

• 넌 독자니?

▶ Bạn là con một à?

• 네 형[동생]은 뭐하니?

▶ Anh (em) bạn làm gì?

• 네 누이는 어디에 종사하니?

▶ Chị gái bạn làm việc ở đâu?

• 우리형은 아직 결혼하지 않았다.

▶ Anh trai tôi vẫn chưa lập gia đình.

• 네 여동생은 애가 있니?

▶ Em gái bạn đã có con chưa?

• 나는 두 명의 형제가 있고, 형은 이미 결혼했다.

▶ Tôi có 2 anh em và anh tôi đã lập gia đình rồi.

• 나는 우리 가족의 둘째 아들이다.

▶ Tôi là con trai thứ hai trong gia đình.

• 난 오래 전부터 내 누이와 말을 하지 않았다.

▶ Đã từ lâu tôi không nói chuyện với chị gái.

• 우리는 어렸을 때, 무척 싸웠다.

▶ Hồi nhỏ, chúng tôi hay đánh nhau.

✚ 친척에 대해서

- 베트남에 친척이 있나요?
  - ▶ Bạn có họ hàng ở Việt Nam không?

- 우리는 정기적으로 친척들과 만난다.
  - ▶ Chúng tôi gặp gỡ họ hàng một cách định kỳ.

- 우리 할아버지, 할머니가 아직 살아 계신다.
  - ▶ Ông bà tôi vẫn còn sống.

- 할아버지께서 작년에 돌아가셨다.
  - ▶ Ông tôi mất năm ngoái.

- 내 사촌은 회계사이고, 합작회사에서 일을 한다.
  - ▶ Anh họ tôi là kiểm toán viên làm việc ở công ty liên doanh.

✚ 자녀에 대해서

- 네 아들은 뭘 전공하니?
  - ▶ Con của bạn học chuyên ngành gì?

- 아들을 원하니 딸을 원하니?
  - ▶ Thích con trai hay con gái?

- 난 5살짜리 딸이 있다.
  - ▶ Tôi có con gái 5 tuổi.

- 내 아들은 베트남에서 공부하고 있다.
  - ▶ Con trai tôi đang học ở Việt Nam.

- 그의 전공은 고고학이다.
  - ▶ Chuyên ngành của nó là khảo cổ học.

- 우리가 출근을 할 때, 아이를 보육원에 데리고 간다.
  - ▶ Khi đi làm chúng tôi đưa các cháu đến nhà trẻ.

- 우리 큰딸은 한국에서 태어나서, 이집트에서 컸다.
  - ▶ Con gái lớn của chúng tôi sinh ra ở Hàn Quốc lớn lên ở Ai Cập.

✚ 데이트를 신청할 때

- 오늘밤에 시간 있니?
  ▸ Tối nay có rỗi không?

- 나와 함께 저녁식사 할래?
  ▸ Đi ăn tối với tôi nhé?

- 나와 함께 영화보러 갈래?
  ▸ Đi xem phim với tôi nhé?

- 네가 영화관에 가고싶은지 알고 싶다.
  ▸ Tôi muốn biết bạn có muốn đi xem phim không.

- 벌써 토요일 계획이 있니?
  ▸ Đã có kế hoạch vào ngày thứ bảy rồi ư?

- 저녁 토요일까지 준비할 수 있니?
  ▸ Đến tối thứ bảy có chuẩn bị được không?

- 너 해야할 일이 없다면, 내 생일파티에 올 수 있겠니?
  ▸ Nếu không có việc bận có thể đến dự tiệc sinh nhật tôi được không?

✚ 애정을 표현할 때

- 널 사랑해.
  ▸ Anh yêu em. (Người nói là nam)
  Em yêu anh. (Người nói là nữ)

- 난 네꺼야.
  ▸ Anh là của em. (Người nói là nam)
  Em là của anh. (Người nói là nữ)

- 넌 내꺼야.
  ▸ Em là của anh. (Người nói là nam)
  Anh là của em. (Người nói là nữ)

- 너는 내사랑이야.

▶ Em (anh) là tình yêu của tôi.

• 넌 나의 진실한 사랑이야.
▶ Em là tình yêu thực sự của anh.

• 넌 나의 유일한 존재야.
▶ Em là duy nhất đối với anh.

• 넌 내 인생의 (최고의) 사랑이야.
▶ Em là tình yêu lớn nhất của đời anh.

• 난 네가 나를 영원히 사랑해주길 원해.
▶ Anh mong em sẽ yêu anh mãi mãi.

• 우리의 사랑은 죽음과도 바꿀 수 없어.
▶ Tình yêu của chúng ta dù có chết cũng không thay đổi.

✚ 사랑을 고백할 때

• 사랑해!
▶ Anh yêu em!

• 나의 연인이 되어줘!
▶ Hãy là người yêu của anh!

• 난 네게 빠져 버렸어.
▶ Anh đã phải lòng em rồi.

• 난 네게 미쳤단다.
▶ Anh phát điên lên vì em.

• 미치도록 널 사랑해.
▶ Yêu em đến phát điên.

• 온 마음으로 널 사랑해.
▶ Yêu em bằng cả tấm lòng.

• 난 큐피드의 화살에 맞았어.
▶ Anh đã bị trúng tên của thần tình yêu.

• 난 너 없이 살수 없어.
▶ Anh không thể sống thiếu em.

04 결혼

✚ 청혼에 대해서

- 나의 신부가 되어 줘!
  ▶ Hãy đồng ý làm vợ anh!
- 나와 결혼해 줄 수 있니?
  ▶ Có đồng ý lấy anh không?
- 우리 결혼할래?
  ▶ Chúng mình cưới nhau nhé?
- 난 너와 결혼하고 싶어.(1)
  ▶ Anh muốn cưới em.
- 난 너와 결혼하고 싶어.(2)
  ▶ Anh muốn kết hôn với em.

✚ 결혼에 대해서

- 그들은 대학에서 서로 알았고, 졸업 후에 결혼을 했다.
  ▶ Họ biết nhau ở trường đại học và cưới nhau sau khi tốt nghiệp.

05 취미와 여가

✚ 여행에 대해서

- 언제 출발하세요?
  ▶ Khi nào xuất phát?
- 전 다음주 토요일에 떠납니다.
  ▶ Tôi sẽ đi vào thứ bảy tuần sau.
- 몇 일에 떠나세요?
  ▶ Đi vào ngày bao nhiêu?
- 전 12월 11일에 떠납니다.

▶ Tôi sẽ đi vào ngày 11 tháng 12.

• 무슨 목적으로 가세요?

▶ Bạn đi vì mục đích gì?

• 지금 여행의 특별한 어떤 동기가 있나요?

▶ Bạn có mục đích gì đặc biệt trong chuyến du lịch này không?

• 놀러 가시는 거예요 아니면 일 때문에 가세요?

▶ Bạn đi chơi hay đi vì công việc?

• 전 중국의 산업도시를 방문하고 싶습니다.

▶ Tôi muốn đi thăm thành phố công nghiệp của Trung Quốc.

06 엔터테이먼트

✚ 공연관람에 대해서

• 난 극장에 가고 싶다.

▶ Tôi muốn đến nhà hát kịch.

• 넌 어떤 타입의 작품을 보고 싶니?

▶ Bạn muốn xem tác phẩm loại nào?

• 난 뮤지컬을 보고 싶어.

▶ Tôi muốn xem ca nhạc.

• 배우는 누구니?

▶ Diễn viên là ai?

• 누가 돈키호테의 역할을 하니?

▶ Ai đóng vai Đông ki hô tê?

• 주인공이 누구니?

▶ Nhân vật chính là ai?

• 오늘밤의 공연을 위한 표가 있습니까?

▶ Có vé của buổi công diễn đêm nay không?

• 좌석은 얼마입니까?

▸ Vé ngồi là bao nhiêu?

• 여기에 입장권이 있습니다.

▸ Có vé đây.

• C열의 11, 12번입니다.

▸ Số 11,12 dãy C.

• 몇 시에 공연이 시작합니까?

▸ Buổi biểu diễn bắt đầu lúc mấy giờ ạ?

• 보관소에 외투를 맡길 수 있습니까?

▸ Có thể gửi áo khoác ở phòng giữ đồ được không?

• 안내인이 우리에게 프로그램(표)을 줄 것이다.

▸ Người hướng dẫn sẽ đưa chúng ta chương trình (vé).

✚ 연극과 영화에 대해서

• 커튼이 오른다.

▸ Kéo màn.

• 커튼이 내려진다.

▸ Hạ màn.

• 관객들이 박수를 친다.

▸ Khán giả vỗ tay.

• 배우가 무대에 오른다.

▸ Diễn viên lên sân khấu.

• 연극은 3개의 막으로 되어 있다.

▸ Vở kịch có 3 cảnh.

• 각 막마다 2개의 장이 있다.

▸ Mỗi cảnh có 2 phần.

• 두 번째 막이 끝난 후에 막간(곡)이 있다.

▸ Sau khi kết thúc cảnh 2 sẽ có chuyển cảnh (giai điệu).

• 오늘밤에는 무슨 영화를 상영하고 있습니까?

▸ Đêm nay chiếu phim gì?

• 누가 영화에서 연기를 하고 있죠?

▶ Ai đang diễn trong phim?

• 오늘밤에 좌석이 있습니까?

▶ Đêm nay còn chỗ không ạ?

• 전 스크린과 아주 가까운 자리에 앉고 싶지 않습니다.

▶ Tôi không muốn ngồi quá gần màn ảnh.

• 미국영화입니다. 하지만 베트남어로 더빙되어 있습니다.

▶ Đây là phim Mỹ nhưng có lồng tiếng Việt.

• 어디에서 영화가 상영되었죠?

▶ Phim chiếu ở đâu ạ?

• 넌 오리지날 버전으로 영화를 보길 더 원하니?

▶ Bạn muốn xem phim phiên bản nguyên gốc hơn không?

• 오리지널 버전의 많은 영화들이 부제를 가지고 있다.

▶ Rất nhiều phim phiên bản nguyên gốc có phụ đề.

07 스포츠와 레저

✚ **기타 운동에 대해서**

1) 수영

• 수영을 할 줄 압니까?

▶ Bạn có biết bơi không?

• 수영을 배웠나요?

▶ Bạn đã học bơi chưa?

• 이번 여름방학 때, 수영을 배우겠습니다.

▶ Kỳ nghỉ hè năm nay, tôi sẽ học bơi.

• 전혀 수영을 하지 못합니다.

▶ Tôi hoàn toàn không biết bơi.

• 태양 빛은 매우 위험할 수 있다.

▶ Ánh mặt trời có thể rất nguy hiểm.

• 피부암을 유발 시킬 수 있다.

▷ Có thể gây ung thư da.

2) 축구

• 레알 마드리드는 축구팀이다.

▶ Real madrit là đội bóng đá.

• 각 팀에는 11명의 선수가 있다.

▶ Mỗi đội có 11 cầu thủ.

• 선수들은 축구 경기장에 있다.

▶ Các cầu thủ đang ở sân thi đấu bóng đá.

• 선수들은 발로 축구공을 찬다.

▶ Các cầu thủ đá bóng bằng chân.

• 골키퍼는 골대를 지키고 있다.

▶ Thủ môn giữ khung thành.

• 골키퍼는 공을 막는다.

▶ Thủ môn chắn bóng.

• 레프트 윙은 공을 동료선수에게 패스한다.

▶ Cánh trái chuyền bóng cho cầu thủ đội mình.

• 라울은 골을 넣었다.

▶ Raun sút bóng vào.

• 한 선수가 다른 선수를 걸어찬다.

▶ Một cầu thủ đá vào cầu thủ khác.

• 심판이 휘슬을 분다.

▶ Trọng tài thổi còi.

• 심판이 파울을 선언한다.

▶ Trọng tài tuyên bố phạm luật.

• 경기는 비겼다.

▶ Trận đấu hòa.

• 경기는 0점으로 끝났다.

▶ Trận thi đấu kết thúc với tỷ số O.

• 어떤 팀도 이기지 못했다.

▶ Không có đội nào thắng.

- 전광판에 점수가 보인다.
  ▶ Có thể thấy điểm số trên bảng điện tử.

3) 테니스

- 테니스 토너먼트가 있다.
  ▶ Có cuộc thi đấu ten nít.

- 두 여자선수가 테니스 코트에 있습니다.
  ▶ Hai vận động viên nữ trong trận thi đấu ten nít.

- 각각의 선수가 자신의 라켓을 들고 있다.
  ▶ Các vận động viên cầm vợt của mình.

- 그들은 복식경기를 하지 않는다.
  ▶ Họ không đấu quyền Anh.

- 선수가 공을 서브한다.
  ▶ Cầu thủ giao bóng.

- 다른 선수가 공을 받아친다.
  ▶ Cầu thủ khác nhận (đón) bóng.

- 선수가 네트위로 공을 때린다.
  ▶ Cầu thủ đánh bóng qua lưới.

- 공이 아웃되었다(나갔다).
  ▶ Bóng ra ngoài.

- 점수는 15대 0이다.
  ▶ Tỷ số là 15-0 .

- 네트에 걸렸다.
  ▶ Chạm lưới rồi.

- 그는 3세트 중에 2세트를 땄다.
  ▶ Họ thắng 2 sét trong 3 sét.

4) 농구

- 선수들은 농구코트에 있다.

▷ Các cầu thủ trong trận thi đấu bóng rổ.

• 선수가 슛을 했다.

▷ Cầu thủ chuyền bóng.

• 그물 안에 공을 넣었다.

▷ Ném bóng vào rổ.

• 상대편의 골대의 그물에 공을 넣어야 한다.

▷ Phải đẩy bóng vào rổ của cầu môn đối phương.

• 선수가 그물에 공을 넣는다면, 2점이 기록된다.

▷ Cầu thủ ném bóng vào rổ sẽ ghi được 2 điểm.

08 날씨와 계절

✚ 날씨를 물을 때

• 오늘 날씨가 어떻게 되죠?

▷ Thời tiết hôm nay thế nào?

• 날씨가 어때요?

▷ Thời tiết thế nào?

• 아주 좋은 날씨네요. 맞죠?

▷ Thời tiết rất đẹp, phải không?

• 좋은 날씨입니다. 아닌가요?

▷ Thời tiết tốt, không phải ư?

• 내일은 날씨가 좋아지겠죠, 아닌가요?

▷ Ngày mai thời tiết sẽ đẹp hơn chứ, phải không?

✚ 기후에 대해서

• 덥습니다.

▷ Nóng!

• 무덥다!

▷ Oi bức.

- 너무 덥다! 통닭 되겠어.
  - ▷ Nóng quá, thành gà quay mất.
- 햇볕은 좋은데, 춥다.
  - ▷ Có nắng đẹp nhưng lạnh.
- 춥습니다.
  - ▷ Rét!
- 추워 죽겠다.(1)
  - ▷ Rét chết mất!
- 추워 죽겠다.(2)
  - ▷ Lạnh đến chết mất.
- 옷을 잘 입어라, 날씨가 많이 춥다.
  - ▷ Mặc áo ấm nhé, thời tiết lạnh lắm đấy.

✚ 날씨를 말할 때

- 날씨가 좋다.
  - ▷ Thời tiết đẹp.
- 날씨가 끝내준다.
  - ▷ Thời tiết tuyệt vời.
- 오늘 바람이 분다.
  - ▷ Hôm nay có gió.
- 거의 바람 한 점 없다.
  - ▷ Hầu như không có gió.
- 난 이 안개 때문에 아무것도 보이지 않는다.
  - ▷ Tôi không nhìn được gì vì sương mù.
- 비가 한두 방울 온다.
  - ▷ Có vài giọt mưa xuống.
- 오늘 비가 많이 온다.
  - ▷ Hôm nay có mưa nhiều.
- 비가 억수로 온다.
  - ▷ Mưa đổ ào ạt!

• 완전 (비 맞은) 생쥐 꼴 되었어!
  ▶ Ướt như chuột lột!

• 오늘밤에 소나기 올 꺼야.
  ▶ Đêm nay có mưa rào đấy.

• 우산 잊지 말아라.
  ▶ Đừng quên mang ô.

• 해가 났다. 그런데 구름이 좀 있다.
  ▶ Mặt trời lên nhưng hơi có mây.

• 날씨가 좋다. 날씨가 개고, 해가 났다.
  ▶ Thời tiết tốt. Trời quang đãng và có nắng.

• 봐봐! 다시 해가 나오는 것을 보니 너무 좋다.
  ▶ Xem này! Nhìn mặt trời lại ló rạng thích thật.

• 내일 눈오겠지, 아닌가?
  ▶ Ngày mai có tuyết, phải không?

• 태양이 강렬하다, 모자 써라.
  ▶ Mặt trời nắng gắt, hãy mang mũ đi.

• 오늘밤에 돌풍이 분데, 맞지?
  ▶ Nghe nói đêm nay có gió mạnh, đúng không?

• 내일 비가 올지 안 올지 아무도 모른다.
  ▶ Không ai biết được ngày mai có mưa hay không.

• 이런 날씨가 일주일이나 계속되어 왔다.
  ▶ Thời tiết thế này đã kéo dài hàng tuần rồi.

✚ 일기예보에 대해서

• 내일 날씨가 어떻게 된데?
  ▶ Dự báo thời tiết ngày mai thế nào?

• 일기예보에서는 내일(날씨)에 대해 뭐라고 말해?
  ▶ Dự báo thời tiết nói gì về thời tiết ngày mai?

• 날씨가 일기예보와 완전히 다르다.
  ▶ Thời tiết hoàn toàn khác với dự báo thời tiết.

• 내일 비가 올 것이라고 보니?

▶ Bạn có nghĩ ngày mai trời mưa không?

• 오후에 눈이 올 것이라고 보니?

▶ Bạn nghĩ chiều sẽ có tuyết ư?

01 하루의 생활

✚ 일어날 때

- 난 새벽 5시에 일어나야 한다.
  ▶ Tôi phải dậy lúc 5 giờ sáng.

- 저를 오전 6시에 깨워주세요.
  ▶ Hãy đánh thức tôi dậy lúc 6 giờ sáng?

- 난 학교를 가기 위해 5시 30분에 잠에서 깼다.
  ▶ Tôi dậy lúc 5 giờ 30 phút để đi đến trường.

✚ 외출을 준비할 때

- 세수를 하고 양치질을 한다.
  ▶ Rửa mặt và đánh răng.

- 오늘은 정장을 준비해 주세요.
  ▶ Hôm nay hãy chuẩn bị bộ vét cho tôi.

- 넥타이는 빨간 색을 할 것입니다.
  ▶ Tôi sẽ dùng cà vạt màu đỏ.

- 제 가방이 어디에 있죠?
  ▶ Túi của tôi ở đâu nhỉ?

- 나가기 전에, 전 사무실 열쇠를 찾아야 합니다.
  ▶ Trước khi đi, tôi phải tìm chìa khóa văn phòng.

- 샌드위치와 우유한잔을 준비해 주세요.
  ▶ Hãy chuẩn bị cho tôi bánh san uych và một cốc sữa.

- 집을 나서기 전에, 지갑, 핸드폰 그리고 자동차 키가 있는지 확인해야 한다.
  ▶ Trước khi ra khỏi nhà, tôi phải kiểm tra xem có ví, điện thoại di động và chìa khóa ô tô không.

✚ 집으로 돌아올 때

- 난 집에 오후 5시에 돌아간다.
  ▶ Tôi về nhà lúc 5h chiều.

✚ 저녁식사를 할 때

- 우리 식사 준비하자.
  ▶ Chúng ta hãy chuẩn bị bữa ăn.
- 우리 저녁 식사 준비하자.
  ▶ Chúng ta hãy chuẩn bị bữa tối.
- 저녁 먹을 시간이다.
  ▶ Đến giờ ăn tối.
- 저녁식사가 거의 준비되었다.
  ▶ Bữa tối đã chuẩn bị sắp xong.
- 우리 뭐 먹을까?
  ▶ Chúng ta ăn gì nhỉ?

✚ 휴식과 취침

- 우리 5분만 쉬자.
  ▶ Chúng ta hãy nghỉ 5 phút nhé.
- 쉴 시간이다.
  ▶ Đến giờ nghỉ rồi.
- 졸립다.
  ▶ Buồn ngủ quá.
- 잘 시간이다.
  ▶ Đến giờ ngủ rồi.
- 잠들 시간이다.
  ▶ Đến giờ đi ngủ rồi.
- 난 자러 가야한다.
  ▶ Tôi phải đi ngủ đây.
- 난 어제 일찍 잤다.

▶ Hôm qua tôi đã ngủ sớm.

• 그는 완전히 잠들었다.

▶ Người đó đã ngủ say.

• 그는 대(大)자로 자고 있다.

▶ Người đó đang nằm ngủ dang chân dang tay.

• 그는 아기처럼 잔다.

▶ Người đó ngủ như đứa trẻ.

• 그는 코를 골고 있다.

▶ Người đó đang ngáy.

✚ 휴일을 보낼 때

• 주말을 잘 보냈니?

▶ Cuối tuần vui vẻ chứ?

• 주말에 뭐 했니?

▶ Cuối tuần đã làm gì?

• 어디에 갔었니?

▶ Đã đi đâu?

• 난 집에 있었다.

▶ Tôi đã ở nhà.

• TV 보면서 집에 있었다.

▶ Tôi đã ở nhà xem phim.

• 사무실에서 일을 해야만 했다.

▶ Tôi đã phải làm việc ở văn phòng.

• 형과 함께 해변에 갔었다.

▶ Tôi đi ra bờ biển với anh trai.

• 친구와 함께 파티에 갔었다.

▶ Cùng bạn đi dự tiệc.

• 잠을 엄청 잤다.

▶ Ngủ rất nhiều.

• 부모님이 다니러 오셨다.

▸ Bố mẹ đến chơi.

• 난 하노이에 있는 부모님께 갔었다.

▸ Tôi đến thăm bố mẹ ở Hà nội.

• 지난 주말에 어디에 있었니? 실은 네게 여러 번 전화를 했는데, 받지 않더라고.

▸ Cuối tuần trước bạn đã ở đâu, nói thật, tôi đã gọi điện nhưng bạn không nghe máy.

✚ 돈이 없을 때

• 난 도산 직전에 있다.

▸ Tôi sắp bị phá sản rồi.

• 난 땡전 한푼 없다.

▸ Tôi không còn một xu nào.

• 난 파산을 선언한다.

▸ Tôi tuyên bố phá sản.

• 내 지갑이 비었다.

▸ Ví của tôi rỗng không.

• 난 (입은) 옷 외에는 아무것도 없다.

▸ Ngoài bộ quần áo mặc trên người tôi không có gì cả.

• 내 통장(잔고)은 끝났다.

▸ Sổ tiết kiệm (ngân khố) của tôi đã cạn sạch.

• 이제 난 아무 것도 없다.

▸ Giờ tôi chẳng còn gì cả.

• 내가 가진 모든 것은 내 멋진 이름뿐이다.

▸ Tất cả những gì tôi có chỉ là cái tên đẹp đẽ của tôi.

• 난 끼니 걱정이다.

▸ Tôi lo từng bữa ăn.

※ '난 다음 먹을 것이 어디에 있는지 모른다' 로 직역됨.

02 레스토랑

✚ 식당을 찾을 때

- 이 근처의 좋은 식당을 하나 소개해 주십시오.
  ▶ Hãy giới thiệu cho tôi một nhà hàng tốt ở gần đây.

- 그다지 비싸지 않은 음식점이 좋습니다.
  ▶ Quán ăn không quá đắt thì tốt.

- 그런 식당 중에 하나를 소개해 주세요.
  ▶ Hãy giới thiệu giúp một nhà hàng trong số các nhà hàng như thế.

- 영어가 통하는 레스토랑이 좋습니다.
  ▶ Nhà hàng có thể sử dụng tiếng Anh thì tốt.

- 조용한 분위기의 식당을 원합니다.
  ▶ Tôi muốn một nhà hàng có không khí yên tĩnh.

- 이 근처에 중국[한국] 음식점은 없습니까?
  ▶ Gần đây không có quán ăn Trung quốc (Hàn quốc) ư?

✚ 식당을 예약할 때

- 예약이 가능합니까?
  ▶ Tôi có thể đặt trước được không?

- 저녁 8시에 두 자리 부탁합니다.
  ▶ Tôi muốn đặt 2 chỗ lúc 8 giờ tối.

- 예약이 되어 있습니다.
  ▶ Đã đặt rồi.

- 5인용 테이블이 있습니까?
  ▶ Có bàn cho 5 người không ạ?

✚ 식당 입구에서

- 예약하셨습니까?

▶ Đã đặt trước chưa ạ?

• 저는 김민수 이름으로 예약을 했습니다.

▶ Tôi đã đặt trước với tên Kim Min Su.

• 환영합니다.

▶ Xin chào đón quí khách!

• 몇 분이시죠?

▶ Quí khách có mấy người ạ?

• 이쪽으로 오세요.

▶ Xin mời đi lối này.

• 죄송합니다. 빈자리가 없습니다.

▶ Xin lỗi, không còn chỗ trống ạ.

• 죄송합니다. 저쪽은 이미 예약이 되어 있습니다.

▶ Xin lỗi, chỗ đó đã có khách đặt rồi ạ.

• 아직 빈자리가 있나요?

▶ Vẫn còn chỗ trống chứ?

• 5명이 앉을 자리가 있나요?

▶ Có còn chỗ cho 5 người không?

• 얼마나 기다려야 합니까?

▶ Phải chờ bao lâu ạ?

• 저희는 창문 가까이 앉고 싶은데요.

▶ Chúng tôi muốn ngồi gần cửa sổ.

• 공원이 보이는 쪽의 자리에 앉을 수 있나요?

▶ Có thể ngồi ở chỗ nhìn ra công viên không?

• 비흡연 좌석에 앉고 싶습니다.

▶ Tôi muốn ngồi ở chỗ không hút thuốc lá.

✚ 메뉴를 물을 때

• 잠시만요. 한 친구를 기다리고 있습니다.

▶ Đợi một chút. Tôi đang đợi một người bạn.

• 제 친구들이 곧 올 것입니다. 그 때 주문하겠습니다.

▸ Bạn tôi sẽ đến ngay. Lúc đó tôi sẽ gọi món.

• 메뉴판 좀 가져다 주세요.

▸ Hãy cho tôi xem thực đơn.

• 메뉴를 볼 수 있을까요?

▸ Tôi xem thực đơn được không?

• 이 동네의 명물 요리는 무엇입니까?

▸ Ở khu vực này có món gì nổi tiếng?

• 이 지역의 명물 요리를 먹고 싶습니다.

▸ Tôi muốn ăn món nổi tiếng ở vùng này.

✚ 음식을 주문할 때

• 아직 결정하지 못했습니다.

▸ Tôi vẫn chưa quyết định.

• 결정하려면 몇 분 걸릴 것 같네요.

▸ Có lẽ chúng tôi cần mấy phút để quyết định chọn món.

• 조금 기다릴 수 있으시죠?

▸ Đợi chúng tôi một lát được chứ?

• 이것을 먹겠습니다.

▸ Tôi sẽ ăn cái này.

• 저것과 같은 것을 주세요.

▸ Cho tôi cái giống cái này.

• 물 좀 주세요.

▸ Hãy mang nước cho tôi.

• 식사 전에 먹는 전채요리[식전 주] 부탁합니다.

▸ Cho tôi món khai vị (rượu khai vị) trước khi ăn.

• 권해주는 요리를 먹겠습니다.

▸ Tôi sẽ ăn món mà bạn khuyên dùng.

• 메뉴판을 주세요.

▸ Cho tôi xem thực đơn.

• 영어로 된 메뉴판은 없나요?

▷ Không có thực đơn bằng tiếng Anh ư?

• 이 식당에서 가장 자신있게 내 놓는 요리는 무엇입니까?
  ▷ Ở đây có món gì là sở trường của nhà hàng?

• 그것으로 하겠습니다.
  ▷ Tôi sẽ dùng món đó.

• 정식을 먹겠습니다.
  ▷ Tôi sẽ ăn theo thực đơn cơm phần (suất) của nhà hàng.

• 전채요리와 고기[생선]요리를 주십시오.
  ▷ Cho tôi món khai vị và món thịt (cá).

• 오늘의 특별요리가 있습니까?
  ▷ Hôm nay có món gì đặc biệt không?

• 지금 곧 [요리가] 됩니까?
  ▷ Bây giờ (món ăn) có xong ngay không?

• 이것과 같은 것으로 주세요.
  ▷ Cho tôi món giống cái này.

• 완전히 구워주세요.
  ▷ Hãy nướng chín kỹ cho tôi.

• 중간정도 구워주세요.
  ▷ Hãy nướng chín vừa cho tôi.

• 살짝 구워주세요.
  ▷ Hãy nướng chín tới (nướng qua) cho tôi.

✚ 음식을 주문 받을 때

• 무엇을 원하십니까?
  ▷ Quí khách dùng gì ạ?

• 여기에 메뉴판이 있습니다.
  ▷ Thực đơn đây ạ.

• 무엇을 드시겠습니까?
  ▷ Quí khách dùng gì ạ?

• 무엇을 원하십니까?

▶ Quí khách muốn gì ạ?

• 특정음식을 하시겠습니까? 아니면 정식으로 하시겠습니까?

▶ Quí khách chọn món đặc biệt hay ăn theo suất ạ?

• 진한 수프와 맑은 수프 중 어느 것이 더 좋습니까?

▶ Loại súp đặc và súp trong quí khách ưa dùng loại nào hơn?

• 소고기와 돼지고기 중 어느 쪽을 원하십니까?

▶ Thịt bò và thịt lợn quí khách thích dùng loại nào ạ ?

• 음료는 무엇을 하시겠습니까?

▶ Quí khách dùng đồ uống gì ạ?

• 무엇인가 다른 것이 필요하십니까?

▶ Quí khách còn cần gì nữa không ạ?

• 여기에는 셀러리, 튀긴 감자가 있습니다.

▶ Ở đây có xa lát và khoai tây chiên.

✚ 주문에 문제가 있을 때

• 이것은 제가 주문한 것이 아닙니다.

▶ Đây không phải là món tôi gọi.

• 주문한 요리가 아직 안 나오네요.

▶ Món tôi gọi vẫn chưa thấy.

✚ 음식을 먹으면서

• 빵을 좀 더 주세요.

▶ Cho tôi thêm bánh mỳ.

• 이 요리를 먹는 방법을 가르쳐 주세요.

▶ Xin hãy chỉ dẫn cách ăn món này cho tôi?

✚ 디저트에 대해서

• 디저트로 무엇을 원하십니까?

▶ Quí khách muốn tráng miệng bằng món gì?

• 디저트는 사과, 멜론과 아이스크림이 있습니다.

▶ Nhà hàng có đồ tráng miệng là táo, dưa và kem ạ.

• 커피를 드시겠습니까? 차를 드시겠습니까?

▶ Quí khách dùng cà phê? hay trà?

• 블랙 커피가 좋습니까?

▶ Cà phê đen có được không ạ?

• 밀크커피가 좋습니다.

▶ Tôi thích cà phê sữa.

• 브랜디를 넣은 커피를 드시겠습니까?

▶ Quí khách có dùng cà phê pha Brandy không?

✚ 식사를 마칠 때

• 맛있었습니다.

▶ Ngon lắm.

• 고맙습니다만, 더 못 먹겠습니다.

▶ Cảm ơn nhưng tôi không thể ăn thêm.

• 너무 사양하지 마십시오.

▶ Đừng từ chối.

• 많이 먹었습니다.

▶ Tôi đã ăn rất nhiều.

• 충분히 먹었습니다.

▶ Tôi ăn đủ no rồi.

• 그 요리는 일품이었습니다.

▶ Món ăn này là món hảo hạng.

• 너무나 푸짐해서 조금 남겼습니다.

▶ Nhiều quá nên hơi thừa lại một chút.

✚ 음식값을 계산할 때

• 계산서 주세요.

▶ Cho tôi hóa đơn.

• 계산서에 봉사료까지 포함되어 있습니까?

> Trong hóa đơn có gồm cả phí phục vụ không?

- 내가 낼께.
  ▶ Để tôi trả.

- 내가 네게 한턱 낸다.
  ▶ Tôi khao bạn.

- 제가 지불하겠습니다.
  ▶ Tôi sẽ trả.

- 이번은 내가 낼 차례다.
  ▶ Lần này đến lượt tôi trả.

- 이것은 내가 산다.
  ▶ Cái này tôi mua.

- 남씨가 우리에게 한턱 낸데.
  ▶ Nam nói sẽ khao chúng ta.

- 다음에는 네 차례야.
  ▶ Lần sau đến lượt bạn.

03 카페와 술집

✚ 음료를 권할 때

- 마실 것을 원하세요.
  ▶ Có muốn uống gì không?

- 뭐 마실래?
  ▶ Uống gì?

- 맥주를 원하세요?
  ▶ Muốn uống bia không?

- 무슨 음료를 원해요?
  ▶ Muốn uống gì?

- 무슨 음료를 선호하세요?
  ▶ Bạn thích đồ uống gì?

• 어떤 제품을 원하세요?
  ▶ Bạn thích sản phẩm nào?

• 탄산음료 마실래?
  ▶ Uống đồ uống có ga không?

• 콜라 마실래?
  ▶ Uống Côca không?

• 탄산이 있는 것을 원하세요, 없는 것을 원하세요?
  ▶ Bạn muốn uống đồ uống có ga hay không có ga?

• 어떤 안주를 원하세요?
  ▶ Bạn muốn dùng đồ nhắm gì?

• 그것을 먹어 보겠니?
  ▶ ăn thử cái đó nhé?

• 안주로 햄, 올리브와 튀긴 오징어가 있습니다.
  ▶ Đồ nhắm có xúc xích, ô liu và mực chiên.

✚ 술을 마시자고 할 때

• 우리 술 한잔해요!
  ▶ Chúng ta uống rượu đi!

• 제가 한잔 사고 싶은데요. 어떠세요?
  ▶ Tôi muốn mời một chén, bạn thấy thế nào?

• 우리 한잔하는 것이 좋지 않을까요?
  ▶ Chúng ta uống một chút có được không?

• 저 한잔하러 갈건데, 같이 갈래요?
  ▶ Tôi đi uống rượu (làm một chén) đây, đi cùng không?

• 우리와 한잔하게 오세요!
  ▶ Đến với chúng tôi để uống một chén!

• 우리 한잔하러 갑시다. 시간 있죠?
  ▶ Chúng ta đi uống một chút. Có thời gian chứ?

✚ 술을 주문할 때

- 이 지방의 특산 와인을 마시고 싶습니다.
  ▸ Tôi muốn uống rượu đặc sản của vùng này.

- 생맥주 있죠?
  ▸ Có bia tươi chứ?

- 흑맥주 있나요?
  ▸ Có bia đen không?

- 맥주 한잔 주세요.
  ▸ Cho tôi một cốc bia.

- 무 알콜 음료도 있나요?
  ▸ Cũng có đồ uống không cồn chứ?

- 그 사람 것과 같은 것으로 하나 원합니다.
  ▸ Tôi muốn một cái giống như của người đó.

✚ 술·안주를 추가로 주문할 때

- 맥주 한잔 더 주세요.
  ▸ Cho tôi thêm một vại bia.

- 포도주를 더 드세요.
  ▸ Uống thêm rượu vang nho đi.

- 올리브 더 부탁합니다.
  ▸ Cho tôi thêm ô liu.

- 얼음 더 부탁합니다.
  ▸ Cho tôi thêm đá.

✚ 건배할 때

- (우리) 건배!
  ▸ (Chúng ta) nâng cốc!

- 건배!
  ▸ Cụng ly!

- 인생을 위해!
  ▸ Vì cuộc sống!

• 사랑을 위해!
  ▷ Vì tình yêu!

• 우리들을 위해!
  ▷ Vì chúng ta!

• 우리의 성공을 위해!
  ▷ Vì sự thành công của chúng ta!

• 찬란한 미래를 위해!
  ▷ Vì tương lai sán lạn!

• 우리의 팀웍을 위해!
  ▷ Vì nhóm làm việc của chúng ta!

✚ 술을 마시면서

• 여기서 담배를 피워도 괜찮겠습니까?
  ▷ Ở đây hút thuốc lá không sao chứ?

• 얼음물 한잔 주세요.
  ▷ Cho tôi một cốc đá.

• 물 한병 주세요.
  ▷ Cho tôi một chai nước.

• 너 많이 마셨어.
  ▷ Bạn uống nhiều rồi.

• 너 더 마실 수 없다.
  ▷ Bạn không uống thêm được.

• 네 마지막 잔이다.
  ▷ Đây là chén cuối cùng nhé.

• 너 계속 마시면, 취할 꺼다.
  ▷ Nếu bạn còn uống tiếp sẽ say đấy.

• 너 이미 충분히 마셨다고 본다.
  ▷ Tôi thấy bạn uống đủ rồi đấy.

• 너 더 마실 수 있다고 보지 않는다.
  ▷ Tôi thấy bạn không nên uống thêm.

• 너 한잔 더 할 수 있을 것 같아?
  ▶ Bạn còn có thể uống thêm một chén ư?

✚ 합석을 권할 때

• 노래가 좋죠. 그렇죠?
  ▶ Bài hát hay nhỉ, đúng không?

• 좌석이 있습니까?(동행이 있으세요?)
  ▶ Có chỗ không? (có người đi cùng không)

• 함께 해도 너희들 괜찮겠니?
  ▶ Tôi ngồi cùng cũng không ảnh hưởng đến các bạn chứ?

• 네 옆에 내가 앉아도 될까?
  ▶ Tôi ngồi bên cạnh được không?

• 네게 한잔 사줘도 될까?
  ▶ Tôi mời bạn một chén được không?

• 우리와 함께 갈래?
  ▶ Đi cùng chúng tôi nhé?

• 마실 것을 네게 사줘도 될까?
  ▶ Tôi mua đồ uống cho bạn được không?

• 넌 이 노래를 누가 썼는지 아니?
  ▶ Bạn có biết bài hát này do ai viết không?

• 넌 뭘 마시고 있니?
  ▶ Bạn đang uống gì đấy?

04 대중교통

✚ 택시를 이용할 때

• 택시 타는 곳이 어디입니까?
  ▶ Chỗ bắt taxi ở đâu ạ?

• 택시 한 대 불러주세요.

▶ Hãy gọi một xe taxi giúp tôi.

• 인천공항까지 요금은 얼마 정도 되나요 ?

▶ Giá tiền đi đến sân bay Incheon khoảng bao nhiêu?

• 서울 호텔로 가 주세요.

▶ Cho tôi đến khách sạn Seoul.

• 올림픽공원까지 가 주세요.

▶ Hãy đưa tôi đến công viên Olympic.

• 이 장소로 가주세요.

▶ Hãy đi đến địa điểm này cho tôi.

• 이 주소로 가주세요.

▶ Hãy đi đến địa chỉ này cho tôi.

• 더 빨리 가주세요.

▶ Hãy đi nhanh hơn.

• 이것이 제 짐입니다.

▶ Đây là hành lý của tôi.

• 이 도시의 시내 한바퀴 돌아주세요.

▶ Hãy đi một vòng trong nội thành thành phố cho tôi.

• 여기서 잠깐만 기다려주세요.

▶ Đợi tôi ở đây một lát.

• 여기서 세워주세요.

▶ Hãy dừng lại ở đây.

• 저기 횡단보도에서 세워주세요.

▶ Hãy dừng xe ở lối sang đường đằng kia.

• 요금은 얼마죠?

▶ Bao nhiêu tiền?

• 여기에 있습니다. 거스름돈은 그냥 받아 두시죠.

▶ Đây, bạn có thể giữ lại tiền thừa.

✚ 시내버스를 이용할 때

• 승차권은 어디서 사야하죠?

▸ Tôi có thể mua vé xe ở đâu?

- '미딩' 가는 버스 정류장은 어디죠?
  ▸ Bến xe buýt "Mỹ Đình" ở đâu ạ?

- 이 버스는 하이 퐁 갑니까?
  ▸ Xe buýt này có đi đến Hải Phòng không?

- 하이퐁까지 얼마입니까?
  ▸ Đi đến Hải Phòng, bao nhiêu tiền?

- 얼마입니까?
  ▸ Bao nhiêu tiền?

- 이 자리에 사람이 있습니까?
  ▸ Có ai ngồi đây không?

- 다음 정거장에서 내립니다.
  ▸ Xuống ở bến sau.

- 여기서 내려주세요.
  ▸ Cho tôi xuống ở đây.

- 이 버스는 서울 호텔 앞에서 정차합니까?
  ▸ Xe buýt này có đỗ ở trước khách sạn Seoul không?

- 창문을 열어도 괜찮겠습니까?
  ▸ Tôi mở cửa sổ được không?

✚ 고속버스를 이용할 때

- 승차권은 어디서 사야하죠?
  ▸ Tôi phải mua vé ở đâu?

- 중간에 세울 수 있습니까?
  ▸ Có thể dừng đỗ ở giữa chừng không?

- 하이즈엉까지는 얼마나 걸립니까?
  ▸ Đến Hải Dương mất bao lâu?

✚ 관광버스를 이용할 때

- 시내 관광버스는 있나요?

▶ Có xe buýt du lịch thành phố không?

• 하루[반나절] 코스는 없나요?

▶ Không có tua đi một ngày (nửa ngày) ư?

• 어디 어디를 볼 수 있습니까?

▶ Có thể tham quan những đâu?

• 시간은 얼마나 걸리나요?

▶ Mất bao nhiêu thời gian?

• 식사가 포함되어 있나요?

▶ Có bao gồm bữa ăn không?

• 몇 시에 출발합니까?

▶ Xuất phát lúc mấy giờ?

• 몇 시에 끝납니까?

▶ Kết thúc lúc mấy giờ?

• 어디서 출발합니까?

▶ Xuất phát ở đâu?

• 소피텔 호텔에서 그 버스에 합류할 수 있습니까?

▶ Tôi có thể lên xe buýt đó từ ở khách sạn Sofitel được không?

• 표는 어디서 살 수 있죠?

▶ Có thể mua vé ở đâu?

• 대우 호텔에서 내릴 수 있습니까?

▶ Xuống ở khách sạn Daewoo được không?

• 비용은 얼마입니까?

▶ Chi phí là bao nhiêu?

✚ 지하철을 이용할 때

• 가장 가까운 지하철역은 어디죠?

▶ Ga tàu điện ngầm gần nhất ở đâu ạ?

• 승차권은 어떻게 사야하죠?

▶ Phải mua vé tàu thế nào?

- 표 두 장 주세요.
  ▶ Cho tôi 2 vé.

- 서울 시청으로 가려면 몇 호선을 타야합니까?
  ▶ Muốn đi đến tòa thị chính Seoul phải đi tàu điện ngầm số mấy?

- 종로에서 내리려면 몇 번째에서 내려야 합니까?
  ▶ Muốn xuống Jongro phải xuống ở ga thứ mấy?

- 조금만 비켜주세요. 내리려고 합니다.
  ▶ Tránh ra một chút, tôi muốn xuống.

✚ 열차를 이용할 때

- 일반적으로 출발 5일전(부터)에 표를 팔고 있습니다.
  ▶ Thông thường bán vé từ trước đó 5 ngày.

- 부산행 열차는 어느 역에서 떠나죠?
  ▶ Tàu đi Busan đi từ ga nào?

- 이등(급)표를 두 장 주세요.
  ▶ Cho tôi 2 vé hạng hai.

- 마드리드까지 편도[왕복]표 한 장 주세요.
  ▶ Cho tôi 1 vé một chiều (khứ hồi) đi Madrid.

- 얼마입니까?
  ▶ Bao nhiêu?

- 표는 3일까지 유효합니다.
  ▶ Vé có hiệu lực đến 3 ngày.

- 아이들과 학생들은 반값에 표를 구입하실 수 있습니다.
  ▶ Trẻ em và học sinh có thể mua vé rẻ một nửa.

- 왕복표를 사시면, 더 쌉니다.
  ▶ Nếu mua vé khứ hồi sẽ rẻ hơn.

- 자동 발권기가 역안에 있습니다.
  ▶ Máy bán vé tự động ở trong nhà ga.

- 급행 열차가 있습니까?
  ▶ Có tàu tốc hành không?

• 이 열차에 침대 칸이 있습니까?

▸ **Trong tàu này có toa giường nằm không?**

• 급행으로 가려고 한다면, 보조권 가격을 지불하셔야 합니다.

▸ **Nếu muốn đi tàu tốc hành phải trả thêm giá vé bổ sung (hỗ trợ).**

• 그 기차에는 보조권(침대칸/ 급행권)을 살 수 있습니다.

▸ **Trên tàu này có thể mua vé bổ sung (vé tốc hành, vé giường nằm)**

• 식당차가 있습니까?

▸ **Có toa ăn không?**

• 이 열차 냐장에서 정차합니까?

▸ **Tàu này có đỗ ở Nha Trang không?**

• 이 열차는 호치민시까지 직행입니까?

▸ **Tàu này có chạy thẳng Thành phố Hồ Chí Minh không?**

• 후에와 사파 사이의 직행 열차는 없습니다.

▸ **Không có tàu chạy thẳng giữa Huế và Sa pa.**

• 어디서 갈아탑니까?

▸ **Đổi tàu ở đâu?**

• 중간에 갈아 타야 합니다.

▸ **Phải đổi ở giữa chừng.**

• 몇 번 플렛폼에서 떠납니까?

▸ **Tàu chạy ở đường ray số mấy?**

• 이 열차가 호치민시 가는 것입니까?

▸ **Tàu này là tàu đi thành phố Hồ Chí Minh phải không?**

• 이 자리 비었습니까?

▸ **Có ai ngồi chỗ này không?**

• 여기는 제 자리입니다.

▸ **Đây là chỗ của tôi.**

• 지금 어디를 지나고 있죠?

▸ **Giờ đang chạy qua đâu ạ?**

• 다음 역은 어디입니까?

▸ Ga sau là đâu ạ?

• 얼마간 정차합니까?

▸ Cách bao lâu thì tàu đỗ?

• 열차는 밤 10시에 출발해서, 다음날 새벽 5시 15분에 도착합니다.

▸ Tàu hỏa xuất phát lúc 10 giờ đêm và đến lúc 5 giờ 15 phút sáng ngày hôm sau.

• 이 열차의 좌석을 예약하고 싶습니다.

▸ Tôi muốn đặt chỗ trên tàu này.

• (서울)에서 예약했습니다.

▸ Tôi đã đặt trước ở (Seoul).

• 이 열차표를 취소할 수 있습니까?

▸ Tôi có thể hủy vé tàu này được không?

• 이 표를 1등칸으로 바꾸고 싶습니다.

▸ Tôi muốn đổi vé này sang toa hạng nhất.

• 열차표를 분실했습니다. 어떻게 해야하죠?

▸ Tôi bị mất vé tàu. Phải làm thế nào?

• 열차 안에 가방을 두고 내렸어요.

▸ Tôi đã xuống mà để quên ba lô trên tàu hỏa.

✚ 항공기를 이용할 때

• 가능한 빠른 비행기편을 예약해 주십시오.

▸ Hãy đặt cho tôi vé máy bay nhanh nhất có thể.

• 비행기 예약을 재확인하고 싶습니다.

▸ Tôi muốn xác nhận giữ chỗ vé máy bay.

• 이 예약을 취소해 주십시오.

▸ Hãy hủy đặt chỗ này cho tôi.

• 예약을 변경하고 싶습니다.

▸ Tôi muốn thay đổi vé đặt.

• (1월 6일)의 (KAL 28편)입니다.

▸ Là chuyến KAL 28 ngày 6 tháng 1.

• 하노이까지 이등석 두 명입니다.
> Hai người vé hạng 2 đến Hà Nội.

• 이름은 …입니다.
> Tên là …

• 다른 항공회사 편을 알아봐 주세요.
> Hãy tìm hiểu chuyến bay của hãng hàng không giúp tôi.

• 창 쪽 자리로 해주십시오.
> Cho tôi ngồi chỗ cửa sổ.

• 통로 쪽 자리로 해주십시오.
> Cho tôi chỗ ngồi phía lối đi.

• 탑승 개시는 몇 시입니까?
> Mấy giờ mở cửa lên máy bay?

• 짐은 전부 (3)개입니다.
> Hành lý tất cả là 3 kiện.

• 게이트 번호를 가르쳐 주세요.
> Hãy chỉ cho tôi số cửa ra máy bay.

• (7)번 게이트는 어디입니까?
> Cửa số 7 ở đâu?

• 이 비행기는 정시에 이륙합니까?
> Máy bay này có hạ cánh đúng giờ không?

• 얼마나 지연됩니까?
> Chậm mất bao lâu?

• 다른 항공편을 알아봐 주십시오.
> Hãy tìm hiểu chuyến bay khác cho tôi.

✚ 배를 이용할 때

• 바로 가는 배를 타는 곳은 어디입니까?
> Tàu đi Cát Bà ở đâu ạ?

• 승선 시간은 몇 시입니까?
> Mấy giờ lên tàu?

- 언제 떠납니까[출항합니까]?
  ▶ Bao giờ tàu rời bến (khởi hành)?

- 항구에 정박했을 때, 거리 구경을 하고 싶습니다.
  ▶ Tôi muốn ngắm cảnh đường phố khi tàu cập cảng.

- 갑판 좌석을 예약하고 싶습니다.
  ▶ Tôi muốn đặt chỗ trên boong.

- 혹시 포르투갈 승객은 타고 있지 않습니까?
  ▶ Trên tàu có hành khách người Hàn Quốc không?

- 식사는 몇 시에 할 수 있습니까?
  ▶ Mấy giờ có thể ăn?

- 배 멀미가 몹시 심합니다.
  ▶ Tôi bị say sóng rất nặng.

05 자동차운전

✚ 렌터카를 이용할 때

- 차 한 대를 빌렸으면 합니다.
  ▶ Tôi muốn thuê một cái xe ô tô.

- 요금표를 보여주세요.
  ▶ Cho tôi xem bảng giá.

- 목적지에 가서 차를 그대로 두고 와도 됩니까?
  ▶ Khi đến nơi tôi cứ bỏ xe lại đó quay về có được không?

- 이러한 차종으로 3일 즉, 72시간을 빌리고 싶습니다.
  ▶ Tôi muốn thuê loại xe như thế này trong 3 ngày, tức là 72 tiếng.

- 사고가 날 경우에 연락할 수 있는 곳을 가르쳐 주세요.
  ▶ Cho tôi biết nơi có thể liên lạc trong trường hợp xảy ra tai nạn.

- 이것이 제 국제 면허증입니다.
  ▶ Đây là bằng lái xe quốc tế của tôi.

- 보증금이 필요하나요?
  - ▶ Có cần tiền đặt cọc không?
- 내일 아침에 베르나 호텔로 차를 보내주세요.
  - ▶ Sáng ngày mai đưa xe đến khách sạn Verna cho tôi.
- 차가 고장났어요. 사람 좀 보내주세요.
  - ▶ Xe bị hỏng rồi. Hãy cử người đến cho tôi.

06 은행

✚ 은행을 찾을 때

- 이 근처에 은행이 있습니까?
  - ▶ Gần đây có ngân hàng không?
- 가까운 은행이 어디에 있습니까?
  - ▶ Ngân hàng gần đây ở đâu ạ?
- 환전을 할 수 있는 은행이 어디에 있습니까?
  - ▶ Ngân hàng để có thể đổi tiền ở đâu ạ?

✚ 은행 열고, 닫는 시간 확인할 때

- 은행은 몇 시까지 엽니까?
  - ▶ Ngân hàng mở cửa đến mấy giờ?
- 언제 은행 문을 엽니까?
  - ▶ Ngân hàng mở cửa khi nào?
- 주말에 은행을 이용할 수 있습니까?
  - ▶ Cuối tuần ngân hàng có làm việc không?

✚ 환전할 때

- 오늘의 환율이 어떻게 됩니까?(1)
  - ▶ Tỷ giá hôm nay thế nào?
- 오늘의 환율이 어떻게 됩니까?(2)

> Tỷ giá hôm nay bao nhiêu?

• 달러를 유로로 바꿀 때의 환율이 어떻게 됩니까?

> Tỷ giá qui đổi đô la sang Euro thế nào?

• 환전하시고자 하는 액수에 따라 차이가 있습니다.

> Có sự khác nhau tùy theo số tiền qui đổi.

• 1유로에 1.2달러입니다.

> 1 euro là 1.2 đô la.

• 여기서 외국돈을 바꿀 수 있습니까?

> Ở đây có thể đổi ngoại tệ không?

• 전 유로가 필요합니다.

> Tôi cần đồng euro.

• 외환 환전 사무소가 어디에 있습니까?

> Văn phòng đổi ngoại tệ ở đâu?

• 어디서 환전을 할 수 있습니까?

> Có thể đổi tiền ở đâu?

• 무슨 수수료를 지불하죠?

> Trả phí hoa hồng gì?

• 이 여행 수표를 현금으로 바꿔 주십시오.

> Hãy đổi ngân phiếu du lịch thành tiền mặt cho tôi.

• 잔돈도 섞어 주십시오.

> Hãy cho tôi lẫn cả tiền lẻ.

✚ 잔돈을 바꿀 때

• 1000달러를 100달러 지폐로 바꿔주십시오.

> Đổi cho tôi 1000 đô la bằng tờ 100 đô.

• 여기서 사용되는 모든 종류의 동전을 갖고 싶습니다.

> Tôi muốn có tất cả các loại đồng xu được sử dụng ở đây.

• (100유로) 바꿔 주십시오.

> Hãy đổi cho tôi (100 euro).

• 달러로 바꿔 주십시오.

▶ Hãy đổi cho tôi ra tiền đô.

• 제게 잔돈 지폐로 그것을 주실 수 있습니까?

▶ Hãy cho tôi chỗ đó bằng tiền giấy lẻ được không?

• 수수료를 지불해야만 하죠. 맞죠? 얼마입니까?

▶ Phải trả phí, đúng không, bao nhiêu ạ?

✚ 계좌를 개설할 때

• 이 은행에 다른 구좌를 가지고 계십니까?

▶ Bạn có tài khoản khác ở ngân hàng này không?

• 고객님의 계좌번호 부탁합니다.

▶ Đề nghị số tài khoản của khách hàng.

• 계좌를 개설하고 싶습니다.

▶ Tôi muốn mở tài khoản.

• 구좌의 명의는 누구십니까?

▶ Đứng tên tài khoản là ai ạ?

• 고객님 명의의 구좌가 있습니까?

▶ Có tài khoản đứng tên khách hàng không ạ?

• 제게 여권이나 신분증을 보여주세요.

▶ Cho tôi xem hộ chiếu hay giấy tờ tùy thân.

• 제게 여권이나 신분증을 주시겠습니까?

▶ Đưa cho tôi hộ chiếu hay giấy tờ tùy thân được không?

• 이 양식지를 채워주세요.

▶ Hãy điền vào mẫu này.

• 기입 용지를 채워주세요.

▶ Hãy điền vào giấy này.

• 이 쪽 아래에 서명해주세요.

▶ Hãy ký xuống phía dưới này.

• 비밀 번호를 누르셔야 합니다.

▶ Phải ấn số bí mật.

• 여기에 통장이 있습니다.

▸ Đây là sổ tài khoản.

• 카드는 다음 주에 댁으로 우송하겠습니다.

▸ Tuần sau chúng tôi sẽ gửi thẻ đến nhà quí khách.

✚ 입출금과 송금할 때

• 얼마를 입금하시겠습니까?

▸ Khách hàng gửi bao nhiêu tiền?

• 입급하고 싶습니다.

▸ Tôi muốn gửi tiền.

• 저는 1,000달러를 입금하겠습니다.

▸ Tôi sẽ gửi 1000 đô la.

• 돈을 찾고 싶습니다.

▸ Tôi muốn rút tiền.

• ATM에 지폐를 입금할 수 있습니까?

▸ Có thể gửi tiền giấy ở ATM được không?

• 저는 은행에 계좌를 가지고 있습니다.

▸ Tôi có tài khoản ngân hàng.

• 제게 거의 수표가 남지 않았습니다. 저는 다른 수표책을 필요로 합니다.

▸ Séc của tôi gần hết rồi. Tôi cần một cuốn séc khác.

• 제 계좌에 잔고가 어떻게 되죠?

▸ Số dư tài khoản của tôi thế nào?

• 은행이 제게 계좌조회(내역)를 알려주나요?

▸ Ngân hàng có cho tôi biết nội dung các giao dịch tài khoản không?

• 이체를 할 수 있습니까?

▸ Có thể chuyển khoản được không?

• 후안으로부터의 이체(금액)이 도착했는지 알 수 있을 까요?

▸ Tôi có thể biết tiền chuyển từ Juan đã vào tài khoản chưa được không?

• 저는 호치민으로 송금을 하고 싶습니다.

▸ Tôi muốn chuyển tiền đến thành phố Hồ Chí Minh.

- 제 구좌로부터 송금을 하고자 합니다.
  - ▷ Tôi muốn chuyển tiền từ tài khoản của mình.

- 이체를 원하시는 금액이 얼마입니까?
  - ▷ Số tiền muốn chuyển là bao nhiêu?

- 이 양식을 채워주세요.
  - ▷ Hãy điền vào mẫu này.

- 여기에 고객님의 돈을 받을 수 있는 은행의 이름을 써주세요.
  - ▷ Hãy ghi tên ngân hàng có thể nhận tiền của khách hàng vào đây.

- 여기에 수취인의 구좌번호를 써주세요.
  - ▷ Hãy ghi số tài khoản của người nhận vào đây.

- 5일 후에 돈이 도착할 것입니다.
  - ▷ Sau 5 ngày tiền sẽ đến nơi.

✚ 신용카드

- 신용카드를 신청할 수 있습니까?
  - ▷ Tôi có thể đăng ký thẻ tín dụng được không?

- 신용 등급을 확인해도 되겠습니까?
  - ▷ Xác định (kiểm tra) mức độ tín dụng được không ạ?

- 이 양식지를 채워주세요.
  - ▷ Xin hãy điền vào mẫu này.

- 여권이나 신분증을 보여주십시오.
  - ▷ Cho tôi xem hộ chiếu hoặc giấy tờ tùy thân.

- 여기 아래에 서명하십시오.
  - ▷ Hãy ký tên vào dưới đây.

- 카드는 어디로 받으시겠습니까?
  - ▷ Quí khách sẽ nhận thẻ ở đâu?

- 카드는 댁으로 보내겠습니다.
  - ▷ Chúng tôi sẽ gửi thẻ về nhà quí khách.

- 카드는 다음 주에 직장으로 우송하겠습니다.
  - ▷ Tuần sau chúng tôi sẽ gửi thẻ đến cơ quan của quí khách.

• 카드 명세서는 어디로 보내드릴까요?
  ▶ Chi tiết giao dịch thẻ chúng tôi sẽ gửi về đâu?

• 이메일로 받으시겠습니까? 우편으로 받으시겠습니까?
  ▶ Quí khách sẽ nhận qua email hay qua bưu điện?

07 우체국

✚ 우체국을 찾을 때

• 우체국은 어디입니까?
  ▶ Bưu điện ở đâu ạ?

• 우체국은 여기에서 버스로 5분 거리에 있습니다.
  ▶ Bưu điện cách đây 5 phút đi xe buýt.

• 우체국에 영어를 말하는 직원이 있습니까?
  ▶ Ở bưu điện, nhân viên có nói tiếng Anh không?

✚ 우표를 살 때

• 어디에서 우표를 삽니까?
  ▶ Mua tem ở đâu?

• 2번 창구에서 팝니다.
  ▶ Bán ở quầy số 2.

• 제게 10페소짜리 우표를 10장 주세요.
  ▶ Cho tôi 10 con tem loại 10 peso.

• 이 편지에 붙인 우표는 이것으로 충분합니까?
  ▶ Tem dán trên thư này đã đủ chưa ạ?

✚ 편지를 부칠 때

• 이 편지를 등기로 부쳐 주세요.
  ▶ Cho tôi gửi thư này bằng đường thư đảm bảo.

• 이 편지는 외국으로 가는 것입니다.

▶ Thư này sẽ gửi đi nước ngoài.

• 한국에 도착하는데 몇 일 걸립니까?

▶ Gửi đến Hàn Quốc mất mấy ngày?

• 이 편지를 항공[배]편으로 보내고 싶습니다.

▶ Tôi muốn gửi thư này bằng đường hàng không (đường biển).

• 얼마입니까?

▶ Bao nhiêu?

• 이 우편의 요금은 얼마입니까?

▶ Phí gửi bưu kiện này là bao nhiêu?

✚ 소포를 부칠 때

• 소포로 이것을 보내고 싶습니다.

▶ Tôi muốn gửi bưu kiện này.

• 이 소포를 등기로 부쳐 주세요.

▶ Hãy gửi bưu kiện này theo đường đảm bảo cho tôi.

• 이 소포는 얼마를 지불해야 합니까?

▶ Tôi phải trả bao nhiêu cho bưu kiện này?

• 중량이 조금 초과됩니다. 돈을 더 지불하셔야 합니다.

▶ Trọng lượng hơi quá. Phải trả thêm tiền.

• 이 소포 안에는 무엇이 있습니까?

▶ Trong bưu kiện có gì ạ?

• 소포 안에는 20권의 책이 있습니다.

▶ Trong bưu kiện có 20 cuốn sách.

08 이발과 미용

✚ 이발소에서

• 이발과 면도 부탁합니다.

▶ Nhờ anh cắt tóc và cạo râu.

• 면도해주세요.

▶ Hãy cạo râu cho tôi.

• 면도는 하지 마세요. 얼굴에 땀띠가 있습니다.

▶ Đừng cạo râu. Trên mặt có mụn.

• 면도할 때, 작은 상처 조심해 주세요.

▶ Khi cạo râu, chú ý vết thương nhỏ cho tôi.

• 짧게 깎아 주세요.

▶ Hãy cắt ngắn cho tôi.

• 조금만 깎아 주세요.

▶ Chỉ cắt một chút thôi.

• 시원하게 깍아 주세요.

▶ Hãy cắt cho tôi cho mát mẻ.

• 너무 짧지 않게 깎아 주세요.

▶ Hãy cắt cho tôi đừng ngắn quá.

• 옆을 짧게 깎아주세요.

▶ Cắt ngắn hai bên cho tôi.

• 머리를 감겨 주세요.

▶ Hãy gội đầu cho tôi.

• 머리를 감고 나서 잘 빗어 주세요.

▶ Sau khi gội đầu, hãy chải kỹ cho tôi.

• 가르마를 가운데로 잡아 주세요.

▶ Hãy rẽ ngôi giữa cho tôi.

• 포마드를 조금 발라주세요.

▶ Hãy bôi một chút dầu bóng cho tôi.

✚ 미용실에서

• 약하게 파마를 해주세요.

▶ Hãy uốn quăn nhẹ cho tôi.

• 강하게 파마를 하고 싶습니다.

▶ Tôi muốn uốn tóc thật xoăn.

• 머리를 웨이브를 주고 싶습니다.

▶ Tôi muốn tạo sóng mái tóc.

• 머리에 컬을 해주세요.

▶ Hãy uốn xoăn mái tóc cho tôi.

• 얼마입니까?

▶ Bao nhiêu?

09 세탁소

✚ 세탁을 맡길 때

• 언제 세탁이 다됩니까?

▶ Bao giờ giặt xong tất cả?

• 이것을 좀 다려주세요.

▶ Hãy là cái này cho tôi.

• 내일까지 (세탁이) 필요합니다.

▶ Ngày mai tôi cần lấy đồ giặt

• 내일까지 다 되겠습니까?

▶ Ngày mai có xong cả không?

• 이 옷은 드라이 클리닝 되어야 합니다.

▶ Cái áo này phải giặt khô.

• 단추가 떨어졌습니다. 붙여주실 수 있죠.

▶ Khuy bị rơi, gắn lại giúp tôi được chứ?

• 찢어진 곳을 수선해 주실 수 있죠?

▶ Vá lại chỗ rách giúp tôi được chứ?

• 이 얼룩을 없애 주실 수 있죠?

▶ Tẩy bỏ vết bẩn này giúp tôi được chứ?

• 옷감이 상하지 않게 얼룩을 빼주세요.

▶ Hãy tẩy bỏ vết bẩn chú ý đừng để hỏng vải.

- 새로운 지퍼 다는 것은 얼마입니까?
  ▶ **Gắn khóa mới hết bao nhiêu tiền?**

✚ 세탁물을 찾을 때

- 영수증(물품명세서) 주세요.
  ▶ **Cho tôi hóa đơn (Phiếu chi tiết hàng hóa).**

- 명세서 없이는 옷을 인계할 수 없습니다.
  ▶ **Tôi không thể giao áo nếu không có hóa đơn.**

- 제 세탁물이 아직 안나왔습니까?
  ▶ **Đồ giặt của tôi vẫn chưa xong ư.**

- 고객님의 옷은 이미 다 되었습니다.
  ▶ **Áo của quí khách đã xong rồi ạ.**

- 이 얼룩은 없앨 수 가 없습니다.
  ▶ **Vết bẩn này không thể tẩy được.**

- 새 단추가격을 지불하셔야 합니다.
  ▶ **Quí khách phải trả tiền khuy mới.**

- 없어진 단추에 대한 것은 저희가 책임을 집니다.
  ▶ **Chúng tôi sẽ chịu trách nhiệm về cái khuy bị mất.**

10 부 동 산 과 관 공 서

✚ 부동산중개소에서

- 전 방 3개짜리 아파트를 원합니다.
  ▶ **Tôi muốn nhà căn hộ có 3 phòng.**

- 전 욕실이 두 개인 아파트를 원합니다.
  ▶ **Tôi muốn căn hộ có 2 phòng tắm.**

- 욕실이 딸린 작은 방을 원합니다.
  ▶ **Tôi muốn một phòng nhỏ có buồng tắm.**

- 집기가 완비된 원룸을 얻고자 합니다.

▶ Tôi muốn thuê phòng khép kín có đủ đồ đạc.

• 전 호수가 보이는 집을 원합니다.

▶ Tôi muốn nhà nhìn ra hồ.

• 해가 잘 드는 방을 원합니다.

▶ Tôi muốn phòng có nhiều ánh sáng mặt trời.

• 지금 방을 볼 수 있습니까?

▶ Giờ tôi có thể xem phòng được không?

• 언제 들어가 볼 수 있죠?

▶ Bao giờ có thể vào được?

• 아파트의 도면을 볼 수 있나요?

▶ Tôi có thể xem bản vẽ căn hộ được không?

• 이 건물은 안전장치가 있습니까?

▶ Tòa nhà này có trang thiết bị an toàn không?

• 그 아파트는 몇 층입니까?

▶ Khu căn hộ đó có mấy tầng?

• 아파트의 크기는 어떻게 됩니까?

▶ Khu căn hộ này lớn thế nào?

• 그 건물은 애완견을 키울 수 있습니까?

▶ Trong tòa nhà này có thể nuôi chó cảnh được không?

• 어느 가격을 원하십니까?

▶ Muốn giá nào ạ?

• 임대는 얼마입니까?

▶ Thuê thì bao nhiêu ạ?

• 임대료에 공공요금은 포함되어 있습니까?

▶ Giá thuê có bao gồm phí quản lý chung không?

• 전기료와 난방비는 포함되어 있습니까?

▶ Có bao gồm tiền điện và tiền sưởi không?

• 언제 임대료를 지불해야 합니까?

▶ Khi nào tôi phải trả tiền thuê?

• 지불해야 하는 보증금은 얼마입니까?

▶ Tiền đặt cọc phải trả là bao nhiêu?

• 사용하신 전기료는 지불하셔야 합니다.

▶ Phải trả tiền điện đã sử dụng ạ.

• 물은 무료입니다.

▶ Nước miễn phí.

• 가스와 전기료는 지불하셔야 합니다.

▶ Phải trả tiền ga và tiền điện.

• 전기료는 포함되어 있으나, 난방비는 안되어 있습니다.

▶ Bao gồm tiền điện nhưng không bao gồm tiền sưởi.

08 긴급표현

✚ 난처할 때

- 무슨 일인가요?
  - ▶ Có việc gì thế?
- 무슨 일이 있었나요?
  - ▶ Đã có chuyện gì thế?
- 여권을 분실했습니다.
  - ▶ Tôi bị mất hộ chiếu.
- 카메라를 도난 당했습니다.
  - ▶ Tôi bị mất máy ảnh.
- 제 신용카드를 분실했습니다.
  - ▶ Tôi bị mất thẻ tín dụng.
- 제 카드를 중지시켜 주세요.
  - ▶ Hãy khóa thẻ (dừng hiệu lực sử dụng thẻ) cho tôi.
- 전 술이 취했습니다.
  - ▶ Tôi bị say rượu.
- 제 차가 길 한가운데서 고장이 났습니다.
  - ▶ Xe của tôi bị hỏng giữa đường.
- 전 엘리베이터 안에서 갇혀서 나갈 수가 없습니다.
  - ▶ Tôi bị kẹt trong thang máy không ra được.
- 저희 건물에 전기가 나갔습니다.
  - ▶ Tòa nhà của tôi bị mất điện.

✚ 말이 통하지 않을 때

- 영어 하니?
  - ▶ Bạn có nói được tiếng Anh không?

• 한국어 하는 사람을 불러주세요.
  ▶ Hãy gọi người nói tiếng Hàn giúp tôi.

• 누가 영어 할 수 있나요?
  ▶ Ai có thể nói tiếng Anh?

• 저는 베트남어를 거의 못합니다.
  ▶ Tôi hầu như không nói được tiếng Việt.

• 이것을 베트남어로 뭐라고 합니까?
  ▶ Cái này tiếng Việt gọi là gì?

• 미안한데, 네 말을 이해 못했어.
  ▶ Xin lỗi, tôi không hiểu bạn nói gì.

• 미안한데, 난 베트남어를 못해.
  ▶ Xin lỗi, tôi không biết tiếng Việt.

• 내 베트남어는 매우 형편없다.
  ▶ Tiếng Việt của tôi rất kém.

• 단지 아주 조금의 베트남어만 한다.
  ▶ Tôi chỉ nói được rất ít tiếng Việt.

• 그것을 다시 말해줄 수 있니?
  ▶ Nói lại điều đó được không?

• 난 네 말을 이해 못한다.
  ▶ Tôi không hiểu tiếng bạn.

• 네가 뭐라고 말하는지 나는 모른다.
  ▶ Tôi không hiểu bạn nói gì.

• 천천히 말씀해주세요.
  ▶ Hãy nói từ từ cho tôi.

• 그것을 써주실 수 있습니까?
  ▶ Viết điều đó ra cho tôi được không?

✚ 위급한 상황일 때

• 급해요, 급해!
  ▶ Gấp lắm, Gấp lắm!

- 문 좀 열어주세요!
  ▶ Mở cửa ra!

- 나가요!
  ▶ Đi ra đi!

- 위험해요!
  ▶ Nguy hiểm!

- 조심해요!
  ▶ Cẩn thận!

- 부상자들은 어떻습니까?
  ▶ Những người bị thương thế nào?

- 부상자들은 괜찮니?
  ▶ Những người bị thương không sao chứ?

- 의사 좀 불러주세요.
  ▶ Làm ơn gọi bác sỹ.

- 경찰 좀 불러주세요.
  ▶ Làm ơn gọi cảnh sát.

- 구급차 좀 불러주세요.
  ▶ Làm ơn gọi xe cấp cứu.

- 저 사람을 잡아 주세요!
  ▶ Bắt lấy người đó!

- 도둑이야! 도둑 잡아요!
  ▶ Trộm, bắt trộm đi!

✚ 도움을 요청할 때

- 이 근처에 경찰서가 어디에 있습니까?
  ▶ Đồn công an khu vực ở đâu ạ?

- 분실물센터는 어디에 있습니까?
  ▶ Trung tâm quản lý đồ thất lạc ở đâu ạ?

- 전 차 안에 열쇠를 두고 잠갔습니다.
  ▶ Tôi đóng cửa xe mà để quên chìa khóa trong xe.

• 죄송한데 이 양식 채우는 것을 도와주실 수 있나요?
  ▶ Xin lỗi, giúp tôi điền vào mẫu này được không?

• 정말 송구스럽습니다만, 휴대폰을 좀 빌릴 수 있을까요?
  ▶ Thật xấu hổ nhưng có thể cho tôi mượn điện thoại được không?

• 제 휴대폰이 여기에서 터지지 않습니다.
  ▶ Điện thoại của tôi ở đây không kết nối được.

• 차안에서 열쇠를 꺼내줄 수 있습니까?
  ▶ Lấy chìa khóa trong xe ra giúp tôi được không?

• 실례하지만, 소금을 건네 주실 수 있습니까?
  ▶ Xin lỗi, đưa cho tôi muối được không?

• 제게 소금을 건네 주시기 바랍니다.
  ▶ Làm ơn đưa cho tôi muối.

• 제게 다른 치즈를 가져다 주시겠습니까?
  ▶ Mang cho tôi loại pho mát khác được không?

• 부탁을 들어주시겠습니까?
  ▶ Có chấp thuận đề nghị của tôi không?

• 도움을 줄 수 있겠습니까?
  ▶ Có thể giúp tôi không?

• 도와주세요!
  ▶ Xin hãy giúp tôi!

• 함께 와 주세요!
  ▶ Hãy cùng đi đến đây!

• 의사 있나요?
  ▶ Có bác sỹ không?

• 누가 지혈을 어떻게 하는지 아나요?
  ▶ Có ai biết cách cầm máu không?

• 누가 심폐소생술을 할 줄 아나요?
  ▶ Có ai biết cách hô hấp nhân tạo không?

✚ 응급치료

- 움직이지 마라.
  - ▶ Đừng động đậy.
- 팔을 올리세요.
  - ▶ Giơ tay lên.
- 다리를 올려보세요.
  - ▶ Nhấc thử chân lên.
- 제게 모포를 주세요.
  - ▶ Đưa cho tôi cái chăn.
- 저희는 붕대가 필요합니다.
  - ▶ Chúng tôi cần băng y tế.
- 지혈을 해라.
  - ▶ Hãy cầm máu đi.
- 구급상자를 줘라.
  - ▶ Đưa tôi hộp cấp cứu.

02 분실과 도난

✚ 분실했을 때

- 가방을 잃어 버렸어요.
  - ▶ Tôi bị mất túi.
- 버스에 배낭을 두고 내렸습니다.
  - ▶ Tôi để quên ba lô trên xe buýt.
- 누구에게 알리는 것이 좋습니까?
  - ▶ Tôi phải báo với ai?
- 분실물센터는 어디입니까?
  - ▶ Trung tâm quản lý đồ thất lạc ở đâu ạ?
- 여행자 수표를 잃어 버렸습니다.
  - ▶ Tôi bị mất ngân phiếu du lịch.
- 재 발행해 주시겠습니까?

▶ Có thể cấp lại được không?

✚ 도난 당했을 때

• 여권을 도난 당했어요.
▶ Tôi bị mất cắp hộ chiếu.

• 제 지갑이 없어졌어요.
▶ Tôi bị mất ví.

• 지갑을 도난 당했습니다.
▶ Ví của tôi bị đánh cắp.

• 도난 당했습니다.
▶ Tôi bị mất trộm.

✚ 도난신고를 할 때

• 경찰에 알리고 싶습니다.
▶ Tôi muốn báo công an.

• 한 남자가 짐을 훔치고 있습니다.
▶ Một người đàn ông đang trộm hành lý.

• 도난 증명서를 만들어 주세요.
▶ Hãy làm cho tôi giấy chứng nhận mất cắp.

03 교통사고

✚ 교통사고를 당했을 때

• 사고 증명서를 만들어 주세요.
▶ Hãy làm giấy chứng nhận tai nạn (sự cố) cho tôi.

• 저는 교통 사고를 당했습니다.
▶ Tôi bị tai nạn giao thông.

• 트럭이 우리 차를 박았습니다. 그리고 손상되었습니다.
▶ Xe tải đâm vào xe tôi và bị hư hại rồi.

- 저는 상처를 입어, 움직일 수 없습니다.
  ▸ Tôi bị thương không cử động được.

✚ 교통사고를 냈을 때

- 제가 자동차를 박았습니다.
  ▸ Tôi đã đâm phải ô tô.

✚ 교통사고 경위를 묻고, 설명할 때

- 언제 사고가 발생했습니까?
  ▸ Tai nạn xảy ra khi nào?

- 몇 명이 부상입니까?
  ▸ Có mấy người bj thương?

- 몇 명이 사망했습니까?
  ▸ Mấy người chết?

- 종로 3가에서 교통사고가 있었습니다.
  ▸ Có tai nạn giao thông ở Jongro 3 ga.

- 제가 증인입니다.
  ▸ Tôi là người làm chứng.

- 저는 증언할 수 있습니다.
  ▸ Tôi có thể ra làm chứng.

- 모든 과정을 봤습니다.
  ▸ Tôi đã thấy cả qúa trình.

- 자동차가 여자를 쳤고, 그녀가 척추에 상처를 입었습니다.
  ▸ Xe ô tô chèn qua cô gái cô ấy bị chấn thương cột sống.

- 트럭이 우리 차를 쳤고, 부서졌다.
  ▸ Xe tải chèn xe tôi làm nó gãy vỡ.

- 그가 차에 깔렸다.
  ▸ Người đó bị ô tô chèn qua.

- 전 그 차를 묘사할 수 있습니다.
  ▸ Tôi có thể mô tả cái xe đó.

- 차에 대해 묘사를 전해드릴 수 있습니다.
  ▶ Tôi có thể miêu tả cái xe ô tô.
- 저는 가해자에 대해 묘사할 수 있습니다.
  ▶ Tôi có thể miêu tả người gây tai nạn (gây hại).
- 저는 번호판을 기억합니다.
  ▶ Tôi nhớ biển số xe.

04 자연재해와 화재

✚ 자연재해에 대해서

- 비가 많이 온다.
  ▶ Mưa to quá.
- 태풍이 분다.
  ▶ Bão đến.
- 폭풍이 친다.
  ▶ Có gió lốc.
- 우리는 폭우로 경황이 없다.
  ▶ Chúng tôi bấn loạn vì mưa gió.
- 허리케인은 시속 500킬로미터로 불 수 있는 바람이다.
  ▶ Hurricane là gió lốc có thể thổi với vận tốc 500km/ giờ.

05 병원

✚ 예약 또는 병원에 갈 때

- 내일 오후에 의사 선생님과 약속을 잡을 수 있습니까?
  ▶ Có thể đặt cuộc hẹn với bác sỹ vào chiều mai không?
- 오늘은 그 의사 선생님께서 시간이 없으십니다.
  ▶ Ngày hôm nay bác sỹ không có thời gian.

- 언제 갈 수 있습니까?
  - ▶ Khi nào đi được?
- 약속보다 미리 갈 수 있나요?
  - ▶ Có thể đến trước hẹn được không?
- 저는 남 의사선생님과 10시반에 예약이 되어 있습니다. 지금 갈 수 있습니까?
  - ▶ Tôi có hẹn với bác sỹ Nam lúc 10h 30, bây giờ tôi đến được không?
- 병원에 데려다 주세요.
  - ▶ Hãy đưa tôi đến bệnh viện.

✚ 병원 접수창구에서

- 무엇을 도와드릴까요?
  - ▶ Tôi có thể giúp gì?
- 누구를 찾아오셨습니까?
  - ▶ Anh (chị) đến tìm ai?
- 담당 의사가 누구시죠?
  - ▶ Ai là bác sỹ phụ trách?
- 몇 시에 약속(예약)을 하셨습니까?
  - ▶ Anh (chị) đã hẹn mấy giờ?
- 처음 오셨나요?
  - ▶ Đến đây lần đầu tiên ạ?
- 누가 아프신 거죠?
  - ▶ Ai bị đau ạ?
- 환자의 성함이 어떻게 되시죠?
  - ▶ Tình trạng bệnh nhân thế nào ạ?
- 건강 보험은 가지고 계신가요?
  - ▶ Có mang theo bảo hiểm y tế không.
- 보험카드는 가지고 계신가요?
  - ▶ Có mang theo thẻ bảo hiểm không?
- 저희가 (카드를) 복사를 해야합니다.
  - ▶ Chúng tôi phải phô tô thẻ.

• 고객님의 보험회사는 어디입니까?
▶ Công ty bảo hiểm của quí khách ở đâu ạ?

• 고객님의 증권번호는 어떻게 되시죠?
▶ Số chứng khoán của quí khách thế nào?

• 인가 양식에 사인이 필요합니다.
▶ Cần ký vào mẫu giấy phép.

• 이 종이들을 채워주시고, 되돌려 주세요.
▶ Hãy điền vào các giấy tờ này và đưa lại cho tôi.

• 입원하지 않으면 안 됩니까?
▶ Không nhập viện có được không?

• 간호사와 함께 가시죠.
▶ Hãy đi cùng y tá.

✚ 증상을 물을 때

• 어디가 아픈가요?
▶ Bị đau ở đâu?

• 무슨 일이 있나요?
▶ Có chuyện gì thế?

• 무슨 문제가 있나요?
▶ Có vấn đề gì thế?

• 증상이 어떠시죠?
▶ Triệu chứng thế nào ạ?

• 어떤 다른 증상이 있나요?
▶ Có triệu chứng nào khác không?

• 당신의 병에 대해서 제게 말씀해 주시겠습니까?
▶ Nói với tôi về bệnh của anh (chị) được không?

• 어지러우세요?
▶ Bị chóng mặt à?

• 여기를 두드리면 통증이 있나요?
▶ Gõ vào đây có đau không?

- 이것이 얼마나 오래 되었나요?
  ▸ Đã bị thế này bao lâu rồi?

- 얼마동안 그러한 상태였나요?
  ▸ Đã bị tình trạng này trong bao lâu?

✚ 증상을 말할 때

- 기분[컨디션이] 안 좋습니다.
  ▸ Tâm trạng (tình trạng) không tốt.

- 몸 상태가 안 좋습니다.
  ▸ Tình trạng cơ thể không tốt.

- 기운이 하나도 없습니다.
  ▸ Không có một chút sinh lực gì cả.

- 무기력한 듯합니다.
  ▸ Như là không có sinh khí.

- 힘이 없습니다.
  ▸ Mệt lắm.

- 식욕이 없습니다.
  ▸ Không thấy thèm ăn.

- 설사와 구토 증세가 있습니다.
  ▸ Có hiện tượng đi ngoài và nôn.

- 어지럽습니다.(1)
  ▸ Chóng mặt.

- 어지럽습니다.(2)
  ▸ Hoa mắt, choáng váng.

- 현기증이 있습니다.
  ▸ Có hiện tượng choáng váng.

- 피부에 발진이 있습니다.
  ▸ Da nổi mụn phát ban.

- 피부에 습진이 있습니다.
  ▸ Da bị eczema.

• 머리가 아픕니다.
  ▶ Đau đầu.

• 편두통이 있습니다.
  ▶ Bị chứng đau nửa đầu.

• 머리가 욱신거린다.
  ▶ Thấy nhói ở đầu.

• 배가 아픕니다.
  ▶ Đau bụng.

• 설사를 했습니다.
  ▶ Đi ngoài.

• 감기에 걸렸어요.
  ▶ Bị cảm.

• 열과 기침이 납니다.
  ▶ Bị sốt và ho.

• 편도선이 부었습니다.
  ▶ Sưng amidan.

• 오한이 납니다.
  ▶ Bị ớn lạnh.

• 피곤해 죽을 듯합니다
  ▶ Mệt tưởng chết.

✚ 병력이나 발병 시기를 물을 때

• 알레르기성 체질입니다.
  ▶ Thể tạng dễ bị dị ứng.

• 전에 이런 증상이 있었나요?
  ▶ Trước đây có hiện tượng này chưa?

• 당신의 어머니는 살아 계시나요?
  ▶ Mẹ anh (chị) còn sống không?

• 당신의 아버지는 살아 계시나요?
  ▶ Bố anh (chị) còn sống không?

- 당신의 어머니는 어떻게 돌아가셨나요?
  - ▶ Mẹ anh (chị) qua đời như thế nào?

- 당신의 아버지는 어떤 질병으로 돌아가셨나요?
  - ▶ Bố anh (chị) qua đời vì bệnh gì?

- 당신의 가족에서 심장 질환이 있던 선조가 있습니까?
  - ▶ Trong dòng họ anh (chị) có ai bị bệnh tim không?

- 당신의 가족 중에 관상동맥질환을 앓고 있는 사람이 있습니까?
  - ▶ Trong gia đình anh (chị) có ai bị bệnh động mạch vành không?

- 당신의 가족 중에 간염을 앓았던 사람이 있습니까?
  - ▶ Trong gia đình anh (chị) có ai bị viêm gan không?

- 어떤 약에 부작용이 있습니까?
  - ▶ Có phản ứng phụ với loại thuốc nào?

- 항생제에 대한 부작용이 있습니까?
  - ▶ Có gặp phản ứng phụ với thuốc kháng sinh không?

- 항생제에 알레르기가 있나요?
  - ▶ Có bị dị ứng với thuốc kháng sinh không?

✚ 통증을 호소할 때

- 의사를 불러 주세요.
  - ▶ Gọi bác sỹ giúp tôi.

- 오한이 나요.
  - ▶ Tôi bị ớn lạnh.

- 열이 납니다.
  - ▶ Tôi bị sốt.

- 머리[배]가 아파요.
  - ▶ Tôi đau đầu (bụng].

- 현기증이 납니다.
  - ▶ Tôi bị chóng mặt.

- 설사가 납니다.
  - ▶ Tôi bị đi ngoài.

- 손목이 삐었습니다.
  ▶ Bị trật khớp tay.

- 발목에 염좌(삠) 고통이 있습니다.
  ▶ Cổ chân tôi bị đau cơ (gân).

- 목에 경련이 났다.
  ▶ Bị co giật ở cổ.

- 발목이 부었습니다.
  ▶ Cổ chân bị sưng.

- 머리에 혹(종기)으로 아프다.
  ▶ Bị đau vì mụn (nhọt) ở trên đầu.

- (머리를) 숙일 수가 없습니다.
  ▶ Tôi không thể cúi đầu được.

- 어깨가 뭉쳤어요.
  ▶ Bị co cứng vai.

- 여기가 따끔따끔합니다.
  ▶ Bị đau nhức ở đây.

- 숨쉴 때, 여기가 아픕니다.
  ▶ Khi thở bị đau ở đây.

- 걸을 때, 여기가 아픕니다.
  ▶ Khi bước đi bị đau ở đây.

- 일어설 때, 왼쪽 다리가 아픕니다.
  ▶ Khi đứng dậy, chân trái bị đau.

- 뚫어지듯 아픕니다.
  ▶ Đau như có cái gì đâm vào.

- 계단에서 넘어 졌습니다.
  ▶ Bị ngã cầu thang.

- 축구공에 맞았습니다.
  ▶ Bị quả bóng đá vào.

- 병으로 머리에 맞았습니다.
  ▶ Bị cái chai đập vào đầu.

- 기계에 손가락이 잘렸어요.
  ▶ Ngón tay bị máy cắt.

✚ **검사할 때**

- 저를 따라오시죠.
  ▶ Đi theo tôi.

- 체중계에 올라가시죠.
  ▶ Hãy đứng lên bàn cân .

- 체중을 재도록 하겠습니다.
  ▶ Tôi sẽ đo cân nặng.

- 체중은 72Kg입니다.
  ▶ Cân nặng là 72kg.

- 최근에 몸무게가 올라[내려]갔습니까?
  ▶ Gần đây có lên (giảm) cân không?

- 체온을 재도록 하겠습니다.
  ▶ Tôi sẽ đo nhiệt độ.

- 입을 벌려보세요.
  ▶ Há miệng ra.

- 혀를 내밀어 보세요.
  ▶ Thè lưỡi ra.

- 편도선을 보고자 합니다.
  ▶ Tôi muốn xem amidan.

- 숨을 깊게 내쉬세요.
  ▶ Hãy thở mạnh ra.

- 가슴이 아픕니까?
  ▶ Có đau không?

- 청진을 해보겠습니다.
  ▶ Tôi sẽ nghe tim phổi (khám bằng ống nghe).

- 체온을 재려고 합니다.
  ▶ Tôi định đo nhiệt độ.

- 당신의 체온은 37도입니다.
  - **Thân nhiệt của anh (chị) là 37 độ.**
- 소매를 걷어올리세요.
  - **Hãy kéo ống tay áo lên.**
- 혈압을 재도록 하겠습니다.
  - **Tôi sẽ đo huyết áp.**
- 당신의 혈압은 조금 높[낮]습니다.
  - **Huyết áp của anh (chị) hơi cao (thấp).**
- 당신의 맥박을 재도록 하겠습니다.
  - **Tôi sẽ đo mạch cho anh (chị).**
- 주사를 놓겠습니다.
  - **Tôi sẽ tiêm.**
- 허리까지 옷을 벗으세요.
  - **Hãy cởi áo đến thắt lưng.**
- 얼마 전부터 팔이 아프셨나요?
  - **Bị đau tay từ khi nào?**
- 엑스레이를 찍으셔야 합니다.(1)
  - **Phải chụp X quang.**
- 엑스레이를 찍으셔야 합니다.(2)
  - **Phải chiếu chụp X quang.**
- 심전도 검사를 하시는 것이 더 좋을 듯합니다.
  - **Có lẽ điện tâm đồ sẽ tốt hơn.**
- 피[혈액 샘플]를 뽑겠습니다.
  - **Tôi sẽ lấy mẫu máu.**
- 소변[대변]을 채취해야겠습니다.
  - **Phải lấy mẫu nước tiểu (phân).**
- 일주일 후에 결과를 받을 수 있습니다.
  - **Sau một tuần có thể lấy kết quả.**
- 여기가 아파요.
  - **Tôi bị đau ở đây.**

- 제 혈액형은 A입니다.
  - ▶ Nhóm máu của tôi là nhóm A.

- 입원해야 합니까?
  - ▶ Có phải nhập viện không?

- 몇 일 정도면 완쾌하겠습니까?
  - ▶ Mấy ngày thì khỏe lại hoàn toàn?

- 여행을 계속해도 됩니까?
  - ▶ Vẫn tiếp tục du lịch được không?

✚ 내과에서

- 전 열이 있습니다.
  - ▶ Tôi bị sốt.

- 전 열이 조금 있습니다.
  - ▶ Tôi hơi bị sốt.

- 전 열이 높습니다.
  - ▶ Tôi bị sốt cao.

- 온 몸에서 열이 납니다.
  - ▶ Tôi bị nóng sốt toàn thân.

- 식욕이 없습니다.
  - ▶ Không có cảm giác thèm ăn.

- 식욕을 잃었습니다.
  - ▶ Chán ăn.

- 빈혈이 있습니다.
  - ▶ Bị thiếu máu.

- 코피가 납니다.
  - ▶ Chảy máu mũi.

- 전 고혈압입니다.
  - ▶ Tôi bị cao huyết áp.

- 배(위)가 아픕니다.
  - ▶ Đau bụng (dạ dày).

- 최근 이틀 동안 토할 것같습니다.
  - ▷ Bị nôn trong 2 ngày qua.

✚ (정형) 외과에서

- 상처에 피가 납니다.
  - ▷ Chảy máu ở vết thương.
- 다리에 피가 흐릅니다.
  - ▷ Chân bị chảy máu.
- 피가 멈추지 않습니다.
  - ▷ Máu không cầm lại được.
- 팔이 부러졌습니다.
  - ▷ Bị gãy tay.
- 왼쪽 손이 탈골되었습니다.
  - ▷ Tay trái bị trật xương.
- 뛸 때, 여기가 아픕니다.
  - ▷ Khi chạy bị đau chỗ này.
- 자려고 할 때, 여기가 아픕니다.
  - ▷ Khi sắp đi ngủ bị đau ở đây.
- 상처를 꿰맬 것입니다.(1)
  - ▷ Sẽ phải khâu vết thương.
- 상처를 꿰맬 것입니다.(2)
  - ▷ Có lẽ sẽ khâu vết thương.
- 7일 후에 실을 뽑겠습니다.
  - ▷ Sau 7 ngày sẽ lấy chỉ ra.
- 환자는 목발을 짚어야 합니다.
  - ▷ Bệnh nhân phải dùng nạng gỗ.
- 접골을 해야 합니다.
  - ▷ Phải nắn, ghép lại xương.
- 이 남자는 복합 골절이 되었습니다.
  - ▷ Người đàn ông này bị gãy xương phức hợp.

- 그는 깁스를 해야 합니다.
  ▸ Phải bó bột cho người đó.
- 몇 주 동안 목발로 걸어야 합니다.
  ▸ Sẽ phải dùng nạng gỗ trong mấy tuần.

✚ 피부과에서

- 씻으러 갔을 때, 데였습니다.
  ▸ Khi đi tắm, bị rát bỏng.
- 상처가 감염되었습니다.
  ▸ Vết thương bị viêm nhiễm.
- 상처가 조금 덧 낫습니다.
  ▸ Tình trạng vết thương hơi bị xấu đi.

✚ 치과에서

- 이가 아픕니다.
  ▸ Đau răng.
- 몇 일전부터 이쪽 이가 매우 아픕니다.
  ▸ Từ mấy hôm trước, cái răng ở chỗ này rất đau.
- 이가 썩었습니다. (썩은 부분을 도려내고) 씌워야 합니다.
  ▸ Sâu rồi. Phải trám lại (phần răng sâu).
- 어금니가 충치이군요.
  ▸ Răng hàm bị sâu.
- 이 어금니를 씌워줄 수 있습니까?
  ▸ Trám cái răng hàm này cho tôi được không?
- 이를 뽑아야 합니다. 그리고, 의치를 해 넣어야 합니다.
  ▸ Phải nhổ răng này và phải làm răng giả trồng vào.
- 내 아들의 이가 흔들린다.
  ▸ Răng của con trai tôi bị lung lay.
- 치주염(齒周炎)이 있습니다.
  ▸ Bị viêm nha chu (viêm quanh răng).

• 마취하나요?
  ▶ Có gây tê không?

✚ 안과에서

• 눈이 아파요.
  ▶ Tôi đau mắt.

• 해가 비출 때, 눈이 아픕니다.
  ▶ Mắt bị đau khi ánh nắng chiếu vào.

✚ 이비인후과에서

• 저는 감기입니다.
  ▶ Tôi bị cảm.

• 심하지 않습니다.
  ▶ Không nặng/ Không nghiêm trọng.

• 저는 감기에 걸렸습니다.
  ▶ Tôi bị cảm.

• 저는 코감기가 있습니다.
  ▶ Tôi bị sổ mũi.

• 전 감기에 걸렸습니다.
  ▶ Tôi bị cảm.

• 전 독감에 걸렸습니다.
  ▶ Tôi bị cảm cúm.

• 심한 감기입니다.
  ▶ Cảm nặng.

• 전 열이 있습니다.
  ▶ Tôi bị sốt.

• 목이 아픕니다.
  ▶ Đau cổ.

• 전 목이 부었습니다.
  ▶ Cổ họng bị sưng.

- 편도선이 부었습니다.
  ▶ Bị sưng amidan.
- 코가 막혔습니다.
  ▶ Bị ngạt mũi.
- 눈물 콧물이 나옵니다.
  ▶ Nước mắt nước mũi chảy ra.
- 몇 일 동안 누워 계셔야 합니다.
  ▶ Phải nằm nghỉ ngơi trong mấy ngày.
- 귀에서 윙 소리가 납니다.
  ▶ Trong tai có tiếng ong ong.

✚ 신경외과에서

- 일어 설 수가 없습니다.
  ▶ Tôi không thể đứng dậy.
- 어깨가 마비되었습니다.
  ▶ Vai bị tê liệt.
- 손이 마비가 되었습니다.
  ▶ Tay bị tê liệt.

✚ 산부인과에서

- 밥을 먹으려 할 때, 토할 것 같습니다.
  ▶ Khi định ăn cơm thấy buồn nôn.
- 제 집사람이 임신 중 입니다.
  ▶ Vợ tôi đang có thai.
- 그녀는 분만실에 있습니다.
  ▶ Cô ấy đang trong phòng đẻ.
- 그녀는 분만 중 입니다.
  ▶ Cô ấy đang đẻ.
- 집사람이 5시간동안의 진통을 겪고 있습니다.
  ▶ Vợ tôi đã bị đau 5 tiếng đồng hồ.

- 집사람이 딸을 낳습니다.
  ▶ Vợ tôi sinh con gái.

✚ 응급실에서

- 구급차가 도착한다.
  ▶ Xe cấp cứu đã đến.
- 환자가 침상에 있다.
  ▶ Bệnh nhân đang trên giường bệnh.
- 그는 휠체어에 있지 않다.
  ▶ Người đó không ở trên xe lăn.
- 환자를 들것에 눕히거나 휠체어에 앉힙니다.
  ▶ Hãy đặt bệnh nhân ngồi lên xe lăn hoặc đặt nằm lên cáng.
- 그를 응급실로 옮긴다.
  ▶ Đưa người đó đến phòng cấp cứu.
- 의사들이 그를 진찰합니다.
  ▶ Bác sỹ khám cho người đó.
- 바로 간호사가 맥박을 잰다.
  ▶ Y tá đo mạch ngay.
- 혈압을 잰다.
  ▶ Đo huyết áp.
- 레지던트[인턴] 의사가 응급실에서 그를 진찰한다.
  ▶ Bác sỹ trực (thực tập) khám cho người đó ở phòng cấp cứu.
- 환자는 복통을 앓고 있다.
  ▶ Bệnh nhân bị đau bụng.
- 환자를 엑스레이실로 데리고 간다.
  ▶ Đưa bệnh nhân đến phòng chụp X quang.

✚ 환자의 상태를 물을 때

- 얼마나 안정을 취해야 합니까?
  ▶ Phải cho bệnh nhân nghỉ ngơi trong bao lâu?

• 조금 좋아졌습니다.
  ▸ Khá hơn/ Đỡ hơn.

• 상당히 좋아졌습니다.
  ▸ Khá hơn rất nhiều.

• 여전히 좋지 않습니다.
  ▸ Vẫn chưa đỡ.

• 회복이 되려면 얼마나 걸릴까요?
  ▸ Mất bao lâu để bình phục?

✚ 의사 처방

• 제가 두 대의 주사와 하나의 약을 처방하겠습니다.
  ▸ Tôi sẽ kê một đơn thuốc và 2 mũi tiêm.

• 이 약을 드시죠.
  ▸ Hãy uống thuốc này.

• 식사 전에 이 시럽 두 스푼을 드십시오.
  ▸ Hãy uống 2 thìa si rô này trước khi ăn.

• 약을 식전에 먹어야 합니까? 식후에 먹어야 합니까?
  ▸ Phải uống thuốc trước khi ăn hay sau khi ăn ạ?

• 식전에 드셔야 합니다.
  ▸ Phải uống trước khi ăn.

• 식후에 드셔야 합니다.
  ▸ Phải uống sau khi ăn.

• 식사 전 30분에 드셔야 합니다.
  ▸ Phải uống trước bữa ăn 30 phút.

• 제가 항생제 처방을 하겠습니다.
  ▸ Tôi sẽ kê thuốc kháng sinh.

• 하루 약을 3번 먹어야 합니다.
  ▸ Phải uống thuốc ngày 3 lần.

• 몇 알을 먹어야 합니까?
  ▸ Phải uống mấy viên?

• 두알을 먹어야 합니다.
▶ Phải uống 2 viên.

• 오늘 아무것도 먹어서는 안됩니다.
▶ Hôm nay không được ăn gì.

• 물 많이 드세요.
▶ Hãy uống nhiều nước.

• 많이 쉬세요.
▶ Hãy nghỉ ngơi nhiều.

• 다시 와야 합니까?
▶ Có phải quay lại đây không?

• 일주일 내로 한번 더 오셔야 합니다.
▶ Trong một tuần phải quay lại một lần nữa.

06 약국

✚ 약국을 찾을 때

• 가장 가까운 약국이 어디에 있습니까?
▶ Hiệu thuốc gần đây nhất ở đâu ạ?

• 이 근처에 약국이 있나요?
▶ Ở gần đây có hiệu thuốc không?

✚ 처방전을 보이며 약을 달라고 할 때

• 이 처방전으로 약을 주십시오.
▶ Hãy cho tôi thuốc theo đơn này.

• 의사 처방전이 없다면 이 약을 드릴 수 없습니다.
▶ Nếu không có đơn thuốc của bác sỹ, tôi không thể cung cấp
thuốc này.

✚ 증상을 말하며 약을 달라고 할 때

- 처방전은 없습니다만, 감기 약을 주세요.
  ▶ Tôi không có đơn thuốc nhưng hãy cho tôi thuốc cảm.

- 식욕이 없습니다. 저는 식욕을 돋구기 위해 약을 사고 싶습니다.
  ▶ Không có cảm giác thèm ăn. Tôi muốn mua thuốc để tăng cảm giác thèm ăn.

- 기침에 좋은 약 있나요?
  ▶ Có thuốc đặc trị ho không?

- 치통을 가라앉히는 약을 제게 주실 수 있나요?
  ▶ Cho tôi thuốc giảm đau răng được không?

- 불면증입니다. 수면제를 사고 싶습니다.
  ▶ Tôi bị mất ngủ. Tôi muốn mua thuốc ngủ.

✚ 약의 복용법에 대해서

- 약은 몇 회나 복용합니까?
  ▶ Thuốc uống mấy lần ạ?

- 하루 세 번 식사 전에, 두 알의 약을 드셔야 합니다.
  ▶ Phải uống ngày 3 lần mỗi lần 2 viên thuốc trước bữa ăn.

09 여행표현

✚ 항공권을 구할 때

- 저는 다음 주 일요일에 하노이행 항공을 예약하고 싶습니다.
  - ▶ Tôi muốn đặt vé máy bay đi Hà Nội ngày chủ nhật tuần sau.

- 저는 8월 14일 호치민행 표를 예약하고 싶습니다.
  - ▶ Tôi muốn đặt vé đi Thành phố Hồ Chí Minh ngày 14 tháng 8.

- 하노이로 가는 다음 비행기는 언제 떠납니까?
  - ▶ Chuyến bay tiếp theo đi Hà Nội khi nào khởi hành?

- 5월 20일에 마드리드로 가는 비행편과 6월 7일에 돌아오는 편이 있습니까?
  - ▶ Có chuyến đi Hà Nội ngày 20 tháng 5 và trở về ngày 7 tháng 6 không?

- 아직 좌석이 남아 있습니까?
  - ▶ Có còn chỗ không?

- 네, 표를 예약해 드렸습니다.
  - ▶ Vâng, đã đặt chỗ cho quí khách rồi.

- 제가 얼마나 일찍 표를 예매할 수 있습니까?
  - ▶ Tôi có thể mua vé sớm trước bao lâu?

- 하노이 행 다른 비행 편을 알아봐 주세요.
  - ▶ Hãy xem giúp tôi các chuyến bay khác đi Hà nội.

- 호치민시 갈 수 있는 가장 이른 비행기 표를 제게 주세요.
  - ▶ Cho tôi vé chuyến bay sớm nhất đi thành phố Hồ Chí Minh.

- 당신은 어떤 항공사를 선호하십니까?
  - ▶ Bạn muốn hãng hàng không nào?

- 특정 항공사이니까?
  - ▶ Là hãng hàng không đặc biệt ư?

• 편도입니까? 아니면 왕복권입니까?
  ▶ Vé một chiều? hay vé khứ hồi?

• 언제 출발을 원하십니까?
  ▶ Bạn muốn xuất phát khi nào?

• 어떤 등급의 좌석을 원하십니까?
  ▶ Bạn muốn ghế hạng nào?

• 흡연석을 원하십니까? 비흡연석을 원하십니까?
  ▶ Có muốn ghế ngồi chỗ hút thuốc không? Hay muốn chỗ
    cấm hút thuốc?

• 하노이행 표 한 장을 구매하고 싶습니다.
  ▶ Tôi muốn mua một vé đi Hà Nội.

• 죄송합니다. 오늘의 모든 항공권이 예약되었습니다.
  ▶ Xin lỗi. Vé hôm nay đã đặt hết rồi.

• 호치민시 행 왕복표를 구매하고 싶습니다.
  ▶ Tôi muốn mua vé khứ hồi đi thành phố Hồ Chí Minh.

• 하노이 행 편도 표 한 장을 구매하고자 합니다.
  ▶ Tôi muốn mua một vé một chiều đi Hà Nội.

• 지금 발권을 할 수 있습니까?
  ▶ Bây giờ có xuất vé được không?

• 죄송합니다. 대기자 14번으로 넣어드릴까요? 취소가 있다면 연락 드리겠습니다.
  ▶ Xin lỗi. Để quí khách là khách đợi thứ 14 được không? Nếu
    có người hủy chỗ chúng tôi sẽ liên hệ.

• 저는 하노이로 가는 2장의 왕복표를 예매하고 싶습니다.
  ▶ Tôi muốn đặt 2 vé khứ hồi đi Hà Nội.

• 환승을 해야 합니까?
  ▶ Có phải quá cảnh (đổi máy bay) không?

• 어디에서 공항세를 지불해야 합니까?
  ▶ Tôi phải trả lệ phí sân bay ở đâu?

• 어디에 대기실이 있습니까?
  ▶ Phòng đợi ở đâu?

• 인천 공항에서 체크인을 해야만 합니다.

▶ Chỉ phải làm thủ tục nhập cảnh ở sân bay Incheon.

• 비지니스 클래스의 가격은 얼마입니까?

▶ Giá hạng thương gia là bao nhiêu?

• 퍼스트클래스(1등석)의 가격은 얼마입니까?

▶ Giá hạng nhất là bao nhiêu?

• 창가 쪽으로 앉고 싶습니다.

▶ Tôi muốn ngồi ở phía cửa sổ.

• 복도 쪽으로 앉고 싶습니다.

▶ Tôi muốn ngồi ở phía lối ra vào.

• [비]흡연석으로 부탁합니다.

▶ Cho tôi ghế có thể hút thuốc (không hút thuốc).

• 예매를 취소하고 싶습니다.

▶ Tôi muốn hủy đặt vé.

• 이 표를 [구매]취소하고 싶습니다.

▶ Tôi muốn hủy (mua) vé này.

• 이 항공권들은 환불이 되지 않습니다.

▶ Các vé máy bay này miễn trả lại.

• 제 비행 편을 확인하고 싶습니다.

▶ Tôi muốn xác nhận chặng bay của mình.

• 고객님의 비행 편을 확인했습니다.

▶ Chặng bay của quí khách đã được xác nhận

▶ Xác nhận chặng bay của quí khách.

• 3일 내로 고객님께서는 저희 사무실 어디서든지 구입하실 수 있습니다.

▶ Trong vòng 3 ngày, quí khách có thể mua ở bất cứ đâu tại các văn phòng của chúng tôi.

• 제가 표를 예약했는데, 단지 좌석을 확인하고 싶습니다.

▶ Tôi đã đặt vé, tôi chỉ muốn xác nhận chỗ.

• 고객님의 좌석을 확인했습니다.

▶ Chỗ của quí khách đã được xác nhận.

• 비행기표를 바꿀 수 있나요?

▷ Có thể đổi vé máy bay được không?

• 표를 변경하고 싶습니다.

▷ Tôi muốn đổi vé.

• 이 표는 취소하고, 베트남 항공 747편으로 바꿔주세요.

▷ Hãy hủy vé này và đổi cho tôi sang chuyến 747 hãng hàng
không Việt Nam.

• 가능하다면, 1월 11일 일요일로 바꾸고 싶습니다.

▷ Nếu được, tôi muốn đổi sang chủ nhật ngày 11 tháng 1

• 태국항공사는 값이 싸다. 그래서 마닐라에서 하룻밤을 머물러야 한다.

▷ Giá của hãng hàng không Thái Lan rẻ vì vậy phải ngủ lại
một đêm ở Manila.

• 항공사는 숙박과 아침식사를 무료로 제공합니다.

▷ Hãng hàng không sẽ cung cấp miễn phí chỗ nghỉ và bữa
sáng.

• 비즈니스 좌석은 남아 있지 않습니다.

▷ Chỗ hạng thương gia không còn.

• 죄송합니다. 저희에게 퍼스트 클래스 좌석만 남아 있습니다.

▷ Xin lỗi, chúng tôi chỉ còn chỗ hạng nhất.

• 이번 주 일요일의 티켓은 모두 매진되었습니다.

▷ Vé ngày chủ nhật tuần này đã bán hết rồi.

• 당신에게 가장 빨리 예매해드릴 수 있는 것은 다음주 수요일입니다.

▷ Vé sớm nhất mà quí khách có thể đặt được là thứ 4 tuần
sau.

• 고객(카드) 번호를 가지고 계십니까?

▷ Có mang theo số (thẻ) khách hàng không?

• 고객님의 마일리지를 사용하시겠습니까?

▷ Có sử dụng dịch vụ tích điểm dặm bay không?

• 지금은 (우수 이용)고객을 위한 특별 프로그램 시행 중입니다.

▷ Hiện nay đang thực hiện chương trình đặc biệt giành cho
khách VIP (sử dụng nhiều).

• 고객(마일리지) 카드를 만드시겠습니까?

▸ Quí khách có làm thẻ tích điểm dặm bay không?

• 우수(이용)고객을 위한 저희 프로그램에 참du하시겠습니까?

▸ Quí khách có tham gia vào chương trình giành cho khách VIP của chúng tôi không?

• 우수(이용)고객을 위한 저희의 프로그램이 어떤지 알고 싶으십니까?

▸ Quí khách có muốn biết chương trình giành cho khách VIP của chúng tôi thế nào không?

• 아마도 이 비행기를 원하지 않으실 듯합니다. 왜냐하면 도착 현지시각은 새벽 2시입니다.

▸ Chắc quý khách sẽ không thích chuyến bay này đâu bởi vì giờ hạ cánh là 2h sáng giờ địa phương.

• 비행기는 몇 시에 출발합니까?

▸ Máy bay cất cánh lúc mấy giờ?

• 오전 비행기는 몇 시에 출발합니까?

▸ Chuyến bay buổi sáng xuất phát lúc mấy giờ?

• 비행은 몇 시간이 걸립니까?

▸ Bay mất mấy tiếng?

• 몇 시에 도착합니까?

▸ Đến lúc mấy giờ?

• 도착시간은 어떻게 되죠?

▸ Giờ đến thế nào?

• 비행기가 제시간에 도착할까요?

▸ Máy bay có đến đúng giờ không?

• 비행기는 제시간에 도착하죠?

▸ Máy bay đến đúng giờ chứ?

• 직항입니까?

▸ Chuyến bay thẳng phải không?

• 직항입니다.

▸ Bay thẳng.

• 도착까지 경유하지 않죠?

▸ Bay thẳng đến nơi không chuyển tiếp chứ?

• 경유 시간이 긴가요?

▶ Thời gian chuyển tiếp có lâu không?

• 비행동안(도착하기 전에) 경유를 합니까?

▶ Trong suốt chuyến bay (trước khi đến nơi) có chuyển tiếp không?

• 파리에서 경유합니다.

▶ Chuyển tiếp ở Pari.

• 경유 시간은 얼마나 됩니까?

▶ Thời gian chuyển tiếp mất bao lâu?

• 호치민시에서 한시간 경유시간이 있습니다.

▶ Có một tiếng chuyển tiếp ở thành phố Hồ Chí Minh.

• 공항에 몇 시에 도착해야 합니까?

▶ Phải đến sân bay lúc mấy giờ?

• 어느 만큼의 짐을 비행기 내로 들고 갈 수 있습니까?

▶ Có thể xách hành lý bằng ngần nào lên máy bay?

• 어느 만큼의 짐을 제가 가지고 갈 수 있죠?

▶ Tôi có thể mang bao nhiêu hành lý?

• 어느 만큼의 짐이 허용됩니까?

▶ Cho phép mang bao nhiêu hành lý?

▶ Cân nặng hành lý cho phép là bao nhiêu?

• 비행기를 갈아 타야합니까?

▶ Có phải đổi máy bay không?

• 비행기를 호치민시 에서 갈아 타셔야 합니다.

▶ Phải đổi máy bay ở thành phố Hồ Chí Minh.

• 식사를 제공하죠?

▶ Có phục vụ bữa ăn chứ?

• 비행기에서 간식을 제공합니다.

▶ Trên máy bay có phục vụ bữa ăn nhẹ.

• 식사가 있습니까?

▶ Có phục vụ ăn không?

• 이 비행기는 먹을 것을 제공하지 않습니다.

▶ Chuyến bay này không phục vụ ăn.

▶ Chuyến bay này không cung cấp đồ ăn.

• 특별식을 주문할 수 있습니까?

▶ Có đặt bữa ăn đặc biệt được không?

✚ 탑승 수속 할 때

• 목적지가 어디십니까?

▶ Quí khách đi đâu ạ?

• 짐을 붙이시겠습니까?

▶ Có gửi hành lý không ạ?

• 고객님의 이름은 이 비행기의 탑승자 명단에 있지 않습니다.

▶ Tên của khách không có trong danh sách hành khách của chuyến bay này.

• 대기자 명단에 올릴 수 있습니다.

▶ Có thể đưa vào danh sách khách đợi.

• 테이프로 고객님의 짐을 붙여 놓으세요.

▶ Hãy dùng băng keo dán hành lý của quí khách lại.

• 기내 반입 짐은 무게를 잴 필요가 없습니다.

▶ Không cần cân hành lý xách tay lên máy bay.

• 안타깝게도 무게 초과입니다.

▶ Rất tiếc, quá cân rồi.

• 10킬로 무게 초과입니다.

▶ Quá 10 cân.

• 고객님의 짐은 붙이셔야 합니다. 나머지 것은 들고 가실(타실) 수 있습니다.

▶ Hành lý của quí khách phải dán vào. Phần còn lại có thể xách tay.

• 짐에 라벨을 붙이셔야 합니다.

▶ Phải gắn mác thẻ vào hành lý.

• 가방들을 저울 위에 올려 놔주십시오.

▶ Hãy đặt các túi, vali lên cân.

• 체크인을 하시고, 출발 대기장소에서 기다리세요.

▶ Hãy làm thủ tục vào và chờ ở phòng đợi xuất phát.

• 올라서세요. 그리고 안전 점검[물품검색]대쪽으로 수속을 밟으세요..

▶ Đứng lên đây và làm thủ tục kiểm tra an toàn (kiểm tra hàng hóa).

• 탑승권 제시, 부탁합니다.

▶ Xin hãy cho xem thẻ lên máy bay.

• 비행기 표를 제게 보여주십시오.

▶ Hãy cho tôi xem vé máy bay.

• 제게 당신의 티켓(비행기표)을 보여주실 수 있습니까?

▶ Có thể cho tôi xem vé (máy bay) của quí khách được không?

• 당신의 핸드폰, 열쇠, 동전을 쟁반에 올려놓으세요. 그리고 검색대를 지나가 주세요.

▶ Hãy để điện thoại di động, tiền xu, chìa khóa lên khay và đi qua cửa kiểm soát.

✚ 탑승할 때

• 빨리 비행기에 타자.

▶ Mau lên máy bay.

• 우선 아이와 동승하시는 승객과 특별한 도움을 필요로 하는 승객분들이 먼저 탑승하시길 바랍니다.

▶ Đề nghị ưu tiên những hành khách đi cùng con nhỏ hoặc những hành khách cần sự giúp đỡ đặc biệt lên máy bay trước.

• 이제(지금) 탑승 수속을 시작합니다.

▶ Bây giờ bắt đầu thủ tục lên máy bay.

• 하노이행 557편 탑승을 하고 있습니다.

▶ Chuyến bay 557 đi Hà Nội đang đón khách.

• 탑승권과 du권 부탁합니다.

▶ Đề nghị xuất trình hộ chiếu và thẻ lên máy bay.

• 두 개의 가방을 가지고 탑승이 허용됩니다.

▸ Cho phép mang 2 túi hành lý lên máy bay.

• 이 짐을 검색(체크)하셔야 합니다.

▸ Phải kiểm tra hành lý này.

• 다른 짐을 검색(체크)하셔야 합니다.

▸ Phải kiểm tra hành lý khác.

✚ **비행기 시간 변경 및 연착 안내할 때**

• 이번 비행기는 연착되었습니다.

▸ Chuyến bay này bị chậm/ hạ cánh muộn.

• 이번 비행기는 악천후로 인해 연착되었습니다.

▸ Chuyến bay lần này bị chậm vì thời tiết xấu.

• 이 비행기편은 연착되어 출발하지만, 모든 다른 환승편은 상황이 좋습니다.

▸ Chặng bay này bị xuất phát chậm nhưng các chặng bay
  chuyển tiếp khác đều trong tình trạng tốt.

• 이 비행기는 비행이 취소되었습니다.

▸ Chuyến bay này đã bị hủy.

• 이 비행기편은 A1 게이트(문)으로 환승편이 연결되었습니다.

▸ Chuyến bay này đã được nối với chặng quá cảnh ở cửa A1.

✚ **좌석을 찾고 앉을 때**

• 이 좌석번호는 어디쯤 됩니까?

▸ Số ghế này ở khoảng chỗ nào?

• 따라 오십시오.

▸ Hãy đi theo tôi.

• 이쪽입니다.

▸ Ở phía này ạ.

• 제 좌석을 제게 알려 주세요.

▸ Hãy chỉ cho tôi chỗ của tôi.

• 좌석을 바꿀 수 있습니까?

▸ Có thể đổi chỗ được không?

- 고객님은 26A 좌석입니다.
  ▶ Chỗ của quí khách là 26A.

- 짐을 좀 위로 올려 주시겠어요?
  ▶ Làm ơn, đưa hành lý lên trên được không?

- 고객님의 자켓을 걸어 놓으실 수 있고, 머리 위쪽의 짐칸에 작은 것들은 넣을 실 수 있습니다.
  ▶ Có thể treo áo jaket của quí khách lên và có thể để những thứ lặt vặt nhỏ vào khoang hành lý ở trên đầu quí khách.

- 이 무거운 가방은 발 아래쪽에 놓으실 수 있습니다.
  ▶ Túi hành lý nặng này có thể để ở phía dưới chân.

- 이것은 호출 버튼입니다. 누르시면서 저희를 호출하실 수 있습니다.
  ▶ Đây là nút nhắn tin. Bấm vào đây có thể gọi chúng tôi.

- 안전벨트를 매어 주시기 바랍니다.
  ▶ Xin hãy thắt đai an toàn.

- 이것이 의자 각도 조절 버튼입니다.
  ▶ Đây là nút điều chỉnh góc độ lưng ghế.

- 세면장(화장실)은 비행기의 중간과 뒤편에 있습니다.
  ▶ Bồn rửa mặt (nhà vệ sinh) ở khoang giữa và cuối máy bay.

- 비상 출구는 비행기의 날개 쪽 위의 양옆으로 있습니다.
  ▶ Cửa thoát hiểm ở phía trên hai bên cánh máy bay.

- 승무원이 안전 수칙을 설명할 때, 중앙 통로에 주의를 기울du 주십시오.
  ▶ Xin tập trung chú ý vào lối đi ở giữa trong khi tiếp viên giải thích về qui định an toàn.

- 안전벨트를 착용하기를 원하신다면, 안전벨트의 양끝을 연결하십시오.
  ▶ Nếu muốn cài đai an toàn hãy nối hai đầu của đai an toàn.

- 안전벨트를 풀기 원하신다면, 커버를 위쪽으로 당기세요.
  ▶ Nếu muốn tháo đai an toàn, hãy kéo nắp lên phía trên

- 고객님과 가장 가까이 출구가 위치해 있습니다.
  ▶ Chỉ dẫn vị trí lối ra gần nhất đối với quí khách.

- 신호(등)이 꺼질 때까지 안전벨트를 착용한 채로 계속 계십시오.
  ▶ Xin hãy giữ nguyên đai an toàn cho đến khi đèn tín hiệu

tắt.

✚ 기내 방송을 할 때

- 저희 KAL비행기를 이용해주심에 감사를 드립니다.
  ▶ Xin cảm ơn quí khách đã sử dụng dịch vụ của hãng hàng không KAL.

- 모든 짐은 고객님의 앞쪽 좌석 밑 또는 머리 위쪽의 짐칸에 넣어 주셔야 합니다.
  ▶ Quí khách phải để tất cả hành lý ở phía trước dưới chỗ ngồi của quí khách hoặc để trong khoang hành lý ở phía trên đầu.

- 비행기가 곧 이륙할 것입니다.
  ▶ Máy bay sắp cất cánh.

- 비행기가 이륙합니다. 안전벨트를 착용하십시오.
  ▶ Máy bay đang cất cánh. Đề nghị quí khách cài dây an toàn.

- 저희는 12킬로미터 상공을 비행하고 있습니다.
  ▶ Chúng ta đang bay trên độ cao 12km.

- 우리의 비행시간은 약 10시간이 될 것입니다.
  ▶ Thời gian bay của chúng ta là khoảng 10 tiếng đồng hồ.

- 우리는 시속 1,200 킬로미터로 비행하고 있습니다.
  ▶ Chúng ta đang bay với tốc độ 1200 km một giờ.

- 필요한 것이 있다면, 의자 팔걸이의 버튼을 눌러주십시오.
  ▶ Nếu cần gì xin hãy ấn nút trên tay cầm ghế ngồi.

- 비행기가 속도를 줄이고 있습니다. 저희는 착륙할 것입니다.
  ▶ Máy bay đang giảm tốc độ. Chúng ta sẽ hạ cánh.

- 고객님의 안전벨트가 잘 채워져 있는지 확인하시고, (뉘어진) 좌석이 원위치로 되도록 확인하십시오.
  ▶ Quí khách hãy kiểm tra xem đã cài dây an toàn chưa và xin hãy trở về chỗ ngồi.

- 비행기가 완전히 멈출 때까지 자리에서 일어나지 마십시오.
  ▶ Xin quí khách không rời khỏi chỗ ngồi cho đến khi máy bay dừng hẳn.

- 긴급 상황 시에는 고객님의 좌석 아래에 구명조끼가 있습니다.
  - ▷ Trong tình huống khẩn cấp, có áo phao cứu hộ ở dưới ghế ngồi của quí khách.
- 물위에 불시착하는 상황에서는 고객님의 좌석의 방석(쿠션)이 튜브처럼 du러분께 도움이 될 것입니다.
  - ▷ Trong tình huống máy bay hạ cánh bất thường trên biển, đệm ghế ngồi của quí khách sẽ có tác dụng như chiếc phao cứu sinh cho quí khách.
- 긴급 상황에서 산소마스크가 천장에서 떨어질 것입니다.
  - ▷ Trong tình huống khẩn cấp mặt nạ ô xy sẽ rơi từ trên trần xuống.
- 이 비행기는 대기의 불안정한 상황 때문에 천천히 운항되고 있습니다.
  - ▷ Máy bay đang bay chậm vì tình hình thời tiết xấu.

✚ 기내 서비스를 받을 때

- 비행하는 동안 저녁식사가 제공될 것입니다.
  - ▷ Trong thời gian bay chúng tôi sẽ phục vụ bữa tối.
- 저는 멀미가 납니다.
  - ▷ Tôi bị say máy bay.
- 멀미약이 있습니까?
  - ▷ Có thuốc chống say không?
- 물 한잔 주세요.
  - ▷ Cho tôi một cốc nước.
- 한국과 베트남의 시차는 어떻습니까?
  - ▷ Hàn Quốc và Việt Nam chênh lệch múi giờ như thế nào?
- 지금 하노이시의 시간은 어떻게 됩니까?
  - ▷ Bây giờ ở Hà nội là mấy giờ?
- 한국 잡지나 신문이 있습니까?
  - ▷ Có tạp chí hay báo Hàn Quốc không?
- 종이와 펜을 좀 빌려 주시겠습니까?
  - ▷ Cho tôi mượn giấy và bút được không?

- 지금 안전벨트를 풀 수 있습니까?
  ▶ Bây giờ tháo đai an toàn ra được chưa?

- 비행기에 아이들을 위한 장난감이 있나요?
  ▶ Trên máy bay có đồ chơi cho trẻ em không?

- 식사가 나오면 깨워주세요.
  ▶ Khi nào có đồ ăn xin hãy đánh thức tôi dậy.

✚ 기내식을 먹을 때

- 기내에서는 식사가 제공됩니까?
  ▶ Trên máy bay có phục vụ bữa ăn không?

- 점심 제공 시간입니다.
  ▶ Bây giờ là thời gian phục vụ bữa trưa.

- (앞) 테이블을 내려 주십시요.
  ▶ Xin hãy hạ bàn ăn (phía trước) xuống.

- 무슨 음료를 드시겠습니까?
  ▶ Quí khách dùng đồ uống gì?

- 식사와 무슨 음료를 선호하십니까? 위스키, 와인, 맥주, 주스 또는 음료수가 있습니다.
  ▶ Quí khách thích dùng đồ uống gì kèm trong bữa ăn? ở đây
  có úyt ki, rượu vang, bia, nước quả và đồ uống.

- 커피와 차 중에 어떤 것을 드시겠습니까?
  ▶ Quí khách dùng cà phê hay trà?

- 견과류는 어떠세요?
  ▶ Các loại hạt thế nào?

- 전채요리(에피타이저)를 드릴까요?
  ▶ Quý khách dùng món khai vị nhé!

- 무슨 종류를 원하십니까? 닭고기 아니면 소고기?
  ▶ Quí khách muốn dùng gì? thịt gà hay thịt bò?

✚ 비행기 내에서 대화할 때

- 비행기로 하노이로 여행가보셨어요?

▸ Bạn đã đi du lịch bằng máy bay tới Hà Nội chưa?

• 비행기에서 잠을 편히 잘 수 있나요?

▸ Bạn có thể ngủ ngon trên máy bay không?

• 비행기로 du행하는 것에 익숙해지셨어요?

▸ Bạn đã quen đi máy bay chưa?

• 복도 쪽 자리가 제게 딱 맞는 것같습니다.

▸ Ghế ngồi phía lối đi có lẽ rất vừa vặn với tôi.

• 저와 자리를 바꿔 주실 수 있습니까?

▸ Có thể đổi chỗ cho tôi được không?

• 비행기가 활주로 위에서 미끄러져 들어가고 있다.

▸ Máy bay đang trượt trên đường băng.

• 우리는 편안한(조용한) 비행을 했다.

▸ Chúng ta đã bay một cách thuận lợi và an toàn.

✚ 기내 면세품을 구입할 때

• 기내에서 면세 제품을 파나요?

▸ Trên máy bay có bán đồ miễn thuế không?

• 면세 위스키를 조금 구매하고 싶습니다.

▸ Tôi muốn mua Uýt ki miễn thuế.

• 저는 나폴레옹을 살지 발렌타인을 살지 고민하고 있습니다.

▸ Tôi đang băn khoăn không biết nên mua Napoleon hay Ballantis.

• 200개피 담배 이상의 것은 돈(위약금)을 내야 합니다.

▸ Trên 200 điếu thuốc lá thì phải trả tiền (phạt).

✚ 입국카드를 작성할 때

• 이 양식을 기재하는 방법을 가르쳐 주세요.

▸ Xin hãy bảo tôi cách điền vào mẫu này.

✚ 통과 · 환승할 때

- 이용객 안내소가 어디에 있습니까?
  ▶ Quầy hướng dẫn hành khách ở đâu?

- 공중 전화는 어디에 있죠?
  ▶ Điện thoại di động ở đâu ạ?

- 세면대(화장실)이 어디에 있습니까?
  ▶ Chỗ rửa mặt (nhà vệ sinh) ở đâu ạ?

- 세면대(화장실)은 복도 끝의 왼쪽이 있습니다.
  ▶ Chỗ rửa mặt (nhà vệ sinh) ở bên trái phía cuối hành lang.

- 저는 캄보디아 가는 통과 여행객입니다.
  ▶ Tôi là khách quá cảnh đi Cam pu chia.

- 저는 하노이로 가는 편으로 갈아타려 합니다.
  ▶ Tôi định đổi chuyến đi Hà nội.

- 베트남 항공의 557편을 타려고 합니다.
  ▶ Tôi muốn đi chuyến 557 của hãng Hàng không Việt nam.

- 예약은 하노이에서 확인했습니다.
  ▶ Đã kiểm tra đặt chỗ ở Hà Nội.

- 수하물 보관소는 어디입니까?
  ▶ Nơi bảo quản hành lý ở đâu?

- 탑승 수속을 하는 곳은 어디입니까?
  ▶ Làm thủ tục lên máy bay ở đâu?

- 다낭행 환승을 위해 어디로 가야만 합니까?
  ▶ Để đổi sang chuyến bay đi Đà Nẵng phải đi lối nào?

- 이 비행기는 호치민시로 가는 직항입니까?
  ▶ Máy bay này bay thẳng đến thành phố Hồ Chí Minh phải không?

- 전 AZ407편의 환승 객입니다. 어디서 환승 비행기를 타죠?
  ▶ Tôi là khách chuyển tiếp của chuyến AZ407. Phải lên máy bay chuyển tiếp ở đâu?

- 저는 호치민시를 경유하여 인천에서 프놈펜으로 갑니다.
  ▶ Tôi từ Incheon qua thành phố Hồ Chí Minh đến Pnompenh.

• 프놈펜으로 가는 연결(환승)편은 언제 이륙합니까?

▸ **Máy bay chuyển tiếp đi Pnompenh bao giờ thì cất cánh?**

• 악천후로 인해 냐짱 가는 연결편 비행기를 놓쳤습니다.

▸ **Nhỡ chuyến bay nối tiếp đi Nha Trang vì thời tiết xấu.**

• 환승 고객님들께서는 (탑승) 대기장소로 들어가실 수 있습니다.

▸ **Các hành khách chuyển tiếp có thể vào phòng chờ (lên máy bay).**

• 환승 고객님들께서는 입국 · 세관을 통과하셔서는 안됩니다.

▸ **Các hành khách chuyển tiếp không được làm thủ tục nhập cảnh hải quan.**

@Vocabulario de referencia@	
탑승 장소	Nơi lên máy bay
비행기	máy bay
항공회사	hãng hàng không
시내 항공터미널	Sân bay nội đô
국내선	Đường bay nội địa
국제선	Đường bay quốc tế
대합실	Phòng đợi
정기편	Chuyến định kỳ
특별기편	Chuyến đặc biệt
운임	Vận tải
들고 타는 짐	Hành lý xách tay
짐표(확인용)	Tem hành lý (để xác nhận)
공항 이용료	Lệ phí sân bay
면세품점	Cửa hàng miễn thuế

02 공항

✚ 입국심사를 받을 때

- 전 관광객입니다.
  ▸ Tôi là khách tham quan (khách du lịch).

- 전 비즈니스로 온 관광객입니다.
  ▸ Tôi là khách tham quan đến vì công việc.

- 저는 5일동안 머무를 예정입니다.
  ▸ Tôi định lưu lại 5 ngày.

- 전 그랜드 호텔에 투숙을 할 것입니다.
  ▸ Tôi sẽ nghỉ ở khách sạn Grand.

- 전 두 번째[세 번째] 방문입니다.
  ▸ Tôi đến đây lần này là lần thứ hai (lần thứ ba).

- 국적은 어디십니까?
  ▸ Quốc tịch nước nào ạ?

- 하노이에 오신 동기는 무엇입니까?
  ▸ Mục đích đến Hà Nội là gì ạ?

- 저는 여행자로 일주일 동안 여기서 머물 것입니다.
  ▸ Tôi sẽ ở đây trong 1 tuần để du lịch.

- 얼마나 체류하실 것입니까?
  ▸ Sẽ ở lại bao lâu ạ?

- 저는 한달 동안 여기에서 체류할 것입니다.
  ▸ Tôi sẽ ở lại đây khoảng 1 tháng.

- 어떤 타입의 여행을 하고 계십니까?
  ▸ Đi du lịch theo kiểu gì?

- 저는 하노이 대학교에서 한국어를 가르치기 위해 초청된 교수입니다.
  ▸ Tôi là giáo viên được mời đến dạy tiếng Hàn ở Trường đại học Hà Nội.

- 당신의 여행 목적이 무엇입니까?
  ▸ Mục đích chuyến đi của bạn là gì?

• 저는 사업차 여기에 있을 것입니다.

▶ Tôi sẽ ở đây vì công việc.

• 저는 비행기 환승편 여행객입니다.

▶ Tôi là khách chuyển tiếp máy bay.

• 저는 단지 당신의 나라를 거쳐가고 있습니다.

▶ Tôi chỉ đi qua đất nước của các bạn thôi.

• 저는 학생 비자를 가지고 여기에 머물고 있습니다.

▶ Tôi có vi sa học sinh và đang lưu trú ở đây.

• 당신의 여권을 볼 수 있을까요?

▶ Cho tôi xem hộ chiếu của bạn được không?

• 죄송합니다만, 당신의 du권의 기한이 끝났습니다.

▶ Xin lỗi, hộ chiếu của bạn đã hết hạn.

• 어떤 경우라도, 당신의 여권에 있는 비자가 유효해야 합니다.

▶ Dù trong trường hợp nào, vi sa trên hộ chiếu của bạn cũng phải còn hạn.

• 당신과 동행하는 누가 있습니까?

▶ Bạn đi cùng ai?

• 당신이 여행하고자 하는 다른 나라들이 있습니까?

▶ Bạn có định đi đến những nước nào khác nữa không?

• 우리는 당신에게 48시간의 환승 허가를 제공합니다.

▶ Chúng tôi cấp phép chuyển tiếp trong 48 tiếng cho các bạn.

✚ 짐을 찾을 때

• 짐을 어디서 찾아야 하나요?

▶ Tôi phải tìm hành lý ở đâu?

• 대한민국에서 온 짐은 어느 수하물 찾는 곳에 있습니까?

▶ Hành lý đến từ Hàn Quốc ở băng chuyền hành lý nào?

• 짐 나르는 카트는 돈을 지불해야 합니까?

▶ Có phải trả tiền xe đẩy hành lý không?

• 제 짐을 찾지 못하겠습니다.

▶ Tôi không thể tìm thấy hành lý của mình.

- 제 짐이 없어졌습니다.
  ▶ Hành lý của tôi bị thất lạc rồi.

- 제 가방 중에 한 개가 없어진 것같습니다.
  ▶ Trong các túi đồ của tôi có một túi bị mất.

- 제 짐이 어디에 있는지 확인해 줄 수 있습니까?
  ▶ Kiểm tra giúp tôi hành lý của tôi ở đâu được không?

- 공항이 잘못되었군요. 그래서 단지 제 가방 중에 하나만 비행기에 있었어요.
  ▶ Đó là lỗi của sân bay. Vì thế chỉ một túi hành lý của tôi ở lại trên máy bay.

- 아마도 제 가방은 동경으로 가 있겠군요.
  ▶ Chắc là túi hành lý của tôi sẽ đến Đông Kinh.

- 제 생각에는 제 짐이 제 비행기로 온 것 같지 않습니다.
  ▶ Tôi nghĩ hành lý của tôi chắc đã không đi cũng chuyến bay của tôi.

- 짐들 속에서 제 것은 나타나지 않습니다.
  ▶ Trong số các hành lý không thấy cái của tôi.

- 제 짐이 도착할지를 언제 기다려야 하나요?
  ▶ Phải đợi hành lý của tôi đến khi nào?

- 제 짐이 다음 비행기로 도착할까요?
  ▶ Hành lý cuả tôi sẽ đến theo chuyến bay sau chứ?

- 여기, 수하물 표가 있습니다.
  ▶ Đây là phiếu hành lý.

- 저는 IBA 501편으로 도착했습니다.
  ▶ Tôi đến bằng chuyến bay IBA 501.

- 깨지기 쉽습니다. 조심해주세요.
  ▶ Dễ vỡ, xin hãy cẩn thận.

- 저는 이틀동안 짐을 du기에 맡기고 싶습니다.
  ▶ Tôi muốn gửi hành lý ở đây trong hai ngày.

- 제 짐이 손상되었습니다. 어디에서 항의를 해야 하죠?
  ▶ Hành lý của tôi đã bị hỏng, tôi phải khiếu nại ở đâu?

- 신고할 것이 없습니다.

  ▶ Không có gì khai báo.

- 이 신고서를 채워 넣으세요.

  ▶ Xin hãy điền vào mẫu tờ khai này.

- 신고서를 잘 준비하세요.

  ▶ Hãy chuẩn bị tờ khai.

- 세관신고 카드 여기에 있습니다.

  ▶ Thẻ khai báo hải quan ở đây.

- 신고할 무엇을 가지고 계시나요?

  ▶ Có mang theo cái gì cần khai báo không?

- 금지된 무엇을 가지고 계신가요?

  ▶ Có mang theo hàng cấm không?

- 당신이 소지한 외국돈을 등록하세요.

  ▶ Hãy đăng ký số tiền ngoại tệ quí khách mang theo.

- 개인 소지품에 대한 세금을 지불할 필요는 없습니다.

  ▶ Không cần trả thuế đối với đồ dùng cá nhân.

- 이것들은 모두 개인 소지품입니다.

  ▶ Tất cả đây là đồ dùng cá nhân.

- 이것은 제 친구를 위한 선물입니다.

  ▶ Cái này là quà cho bạn tôi.

- 이것은 한국에 가져갈 기념품입니다.

  ▶ Đây là quà kỷ niệm mang đi Hàn Quốc.

- 전 위스키 한병을 가지고 있습니다.

  ▶ Tôi có mang 1 chai Uýt ki.

- 이 짐들을 수하물 보관소에 맡겨 주세요.

  ▶ Hãy gửi hành lý này ở phòng bảo quản hành lý.

- 수하물 보관증을 받을 수 있죠?

  ▶ Tôi có thể lấy thẻ bảo quản hành lý được không?

- 이 디지털 카메라[노트북]는 제가 사용하는 것입니다.

▶ Máy ảnh kỹ thuật số (máy tính xách tay) này là những thứ tôi đang sử dụng.

• 이 가방 속에 반입금지품이 없죠?

▶ Trong túi không có đồ cấm nhập phải không?

• 액체는 기내로 반입이 되지 않습니다.

▶ Chất lỏng không được mang lên máy bay.

• 대한민국으로 얼마만큼의 향수를 들여올 수 있습니까?

▶ Có thể mang theo bao nhiêu nước hoa vào Hàn Quốc?

• 영수증을 제게 주시겠습니까?

▶ Đưa cho tôi hóa đơn được không?

• 여기 고객님의 영수증(물품명세서)가 있습니다.

▶ Đây là hóa đơn (bảng kê hàng hóa) của quí khách.

• 이제 세관의 수속은 마치셨습니다.

▶ Giờ thì thủ tục hải quan đã xong.

• 고객님의 예방[백신]접종 확인서는 어디에 있죠?

▶ Giấy xác nhận đã tiêm phòng (vắc xin) của quí khách đâu?

• 이 귀중품들 때문에 많은 세금을 지불하셔야 합니다.

▶ Phải trả nhiều tiền thuế vì đây là hàng quí hiếm.

✚ 공항 안내소에서

• 관광 안내소는 어디에 있습니까?

▶ Quầy hướng dẫn du lịch ở đâu?

• 게이트 번호를 가르쳐 주세요.

▶ Xin hãy chỉ cho tôi số cửa.

• (47)번 게이트는 어디입니까?

▶ Cửa số 47 ở đâu ạ?

• 탑승 수속은 어디서 합니까?

▶ Làm thủ tục lên máy bay ở đâu ạ?

• ~항공 카운터는 어디입니까?

▶ Quầy của hãng hàng không ~ ở đâu?

- 아시아나 항공의 카운터는 모퉁이에 있다.
  - ▶ Quầy của hãng hàng không Asiana ở trong góc.
- 어디서 환전을 할 수 있습니까?
  - ▶ Có thể đổi tiền ở đâu?
- 어디를 통해 나갈 수 있는지 제게 말씀해 주실 수 있습니까?
  - ▶ Xin hãy chỉ giúp tôi đi qua đâu để có thể ra ngoài?

✚ 마중 나올 때

- 짐꾼을 불러 주세요.
  - ▶ Hãy gọi người mang hành lý giúp tôi.
- 어디에서 짐꾼을 찾을 수 있습니까?
  - ▶ Có thể tìm người khuân đồ ở đâu?
- 이 짐을 택시 정류장까지 운반해 주세요.
  - ▶ Hãy chuyển hành lý này ra bến đợi tắc xi giúp tôi.
- 하노이에서 온 KAL 211편이 도착했습니까?
  - ▶ Chuyến KAL 211 đi từ Hà Nội đã đến chưa?

03 숙박

✚ 숙박처를 찾을 때

- 여기서 호텔 예약이 가능합니까?
  - ▶ Ở đây có thể đặt phòng khách sạn được không?

✚ 숙박을 예약할 때

- 객실 비용은 얼마입니까?
  - ▶ Giá phòng là bao nhiêu?
- 몇 일을 계실 것입니까?
  - ▶ Quí khách sẽ ở trong mấy ngày?
- 몇 분이시죠?

▶ Có mấy người ạ?

• 싱글 룸을 원하십니까? 더블 룸을 원하십니까?

▶ Muốn phòng đơn hay phòng đôi ạ?

• 싱글 룸을 원합니다.

▶ Tôi muốn phòng đơn.

• 2인 실을 원합니다.

▶ Tôi muốn phòng cho 2 người.

• 세금과 봉사료가 포함된 요금인가요?

▶ Đây là giá gồm phí phục vụ và thuế phải không?

• 아침식사도 포함되어 있습니까?

▶ Bao gồm cả chi phí bữa sáng chứ?

• 선(예약)금이 필요합니까?

▶ Có cần đặt tiền trước không?

✚ 체크인할 때

• 예약하셨습니까?

▶ Quí khách đã đặt trước chưa?

• 예약했습니다.

▶ Tôi đã đặt rồi.

• 어떤 분의 이름으로 예약이 있으시죠?

▶ Đặt theo tên của ai ạ?

• 예약은 서울에서 했습니다. 여기 확인증이 있습니다.

▶ Tôi đã đặt ở Seoul. Đây là giấy chứng nhận.

• 신분증 가지고 계시죠, 부탁합니다.

▶ Quí khách có mang theo giấy tờ tùy thân chứ, cho tôi xem ạ.

• 개인 신상을 이 카드에 채워주실 수 있습니까?

▶ Có thể điền vào thẻ này các thông tin cá nhân được không?

• 여기에 서명을 해 주십시오.

▶ Hãy ký vào đây.

• 오늘밤부터 3 일간 머물겠습니다.

▷ Tôi sẽ ở 3 ngày tính từ đêm nay.

• 오늘밤 머무를 수 있습니까?

▷ Có lưu lại đêm nay được không?

• 객실 비용은 얼마입니까?

▷ Giá phòng là bao nhiêu?

• 하루에 200유로입니다.

▷ Mỗi ngày là 200 Euro.

• 요금은 아침식사 포함입니까?

▷ Có bao gồm chi phí bữa sáng không?

• 아침 식사는 포함되어 있습니다.

▷ Bao gồm bữa sáng ạ.

• 좀 더 싼 방은 없습니까?

▷ Không có phòng nào rẻ hơn ư?

• 욕실[샤워실]이 있는 방을 원합니다.

▷ Tôi muốn phòng có buồng tắm (phòng tắm).

• 지금 곧 방에 들어갈 수 있습니까?

▷ Giờ tôi có thể nhận phòng ngay được không?

• 방을 지금 사용할 수 있습니까?

▷ Giờ tôi có thể dùng phòng được không?

• 방을 비워야 되는 시간은 언제입니까?

▷ Giờ trả phòng là khi nào?

• 하루 더 묵고 싶습니다.

▷ Tôi muốn ở thêm một ngày.

• 하루를 앞당겨서 떠나고 싶습니다.

▷ Tôi muốn trả phòng sớm một ngày.

• 정오까지 체크아웃입니다.

▷ Check out trước 12 giờ.

✚ 체크인에 문제가 있을 때

- 저희 빈방이 없습니다.

  ▶ Chúng tôi không còn phòng trống.

- 다른 호텔을 소개해 주실 수 없겠습니까?

  ▶ Có thể giới thiệu khách sạn khác cho tôi được không?

- 고객님의 du권을 보여주시겠습니까?

  ▶ Cho tôi xem hộ chiếu của quí khách.

- 제게 당신의 신분증을 제시해 주시겠습니까?

  ▶ Cho tôi xem giấy tờ tùy thân của ông (bà).

✚ 방을 확인할 때

- 엘리베이터를 타시고, 나가실 때 오른쪽으로 돌아가세요.

  ▶ Hãy đi thang máy, ra ngoài rẽ phải.

- 비누[수건]이 없습니다.

  ▶ Không có xà phòng (khăn).

- 변기가 고장입니다.

  ▶ Bồn cầu bị hỏng.

- 화장실의 물이 내려지지 않습니다.

  ▶ Nước trong nhà vệ sinh không chảy.

- 온수가 나오지 않습니다.

  ▶ Không có nước nóng.

- 욕조의 물마개가 닫혀지지 않습니다.

  ▶ Nút chặn nước trong bồn tắm không đóng khít.

- 텔레비전이 켜지지 않습니다.

  ▶ Ti vi không to.

✚ 룸서비스를 이용할 때

- 내일 아침 7시에 깨워주세요.

  ▶ Làm ơn, sáng mai 7 giờ đánh thức tôi dậy.

- 방에서 아침식사를 하고 싶습니다.

▸ Tôi muốn ăn sáng ở trong phòng.

• 따뜻한 마실 물좀 가져다 주세요.

▸ Hãy mang cho tôi nước ấm để uống.

• 얼음과 물을 좀 가져다 주세요.

▸ Hãy mang cho tôi nước và đá.

• 이 옷을 세탁 좀 부탁합니다.

▸ Hãy giặt áo này giúp tôi.

✚ 숙박처 시설물을 이용할 때

• 식당은 어디에 있습니까?

▸ Nhà ăn ở đâu?

• 스낵바는 없나요?

▸ Không có quầy Snack bar ư?

• 식당은 몇 시부터입니까?

▸ Nhà ăn (nhà hàng) phục vụ từ mấy giờ?

• 비상구는 어디에 있습니까?

▸ Lối thoát hiểm ở đâu?

• 영어를 할 줄 아는 사람은 없습니까?

▸ Không có người biết tiếng Anh ư?

• 여기 미용실이 있나요?

▸ Ở đây có tiệm làm tóc (thẩm mỹ) không?

• 상점은 지하에 있으며, 엘리베이터 왼쪽입니다.

▸ Cửa hàng ở dưới tầng ngầm, ở bên trái thang máy.

• 아침식사는 오전 7시부터 9시 반까지 됩니다.

▸ Bữa sáng từ 7 giờ đến 9 giờ rưỡi sáng.

✚ 외출할 때 및 카운터에서

• 이 짐을 맡아 주실 수 있습니까?

▸ Cho tôi gửi hành lý này được không?

• 맡긴 짐을 찾고 싶습니다.

    ▶ Tôi muốn lấy lại hành lý đã gửi.

• 제게 메모 온 것이 있나요?

    ▶ Có tin nhắn cho tôi không?

• 제게 온 편지는 없나요?

    ▶ Tôi không có thư phải không?

• 귀중품을 맡아 주실 수 있나요?

    ▶ Cho tôi gửi đồ quý hiếm được không?

• 이 호텔의 주소가 적힌 카드 한 장 주세요.

    ▶ Cho tôi một tấm các ghi địa chỉ khách sạn này.

• 여기서 가장 가까운 지하철역이 어딥니까?

    ▶ Bến tàu điện ngầm gần nhất ở đâu?

• 어디서 관광버스 티켓을 구입할 수 있습니까?

    ▶ Có thể mua vé xe buýt du lịch ở đâu?

✚ **숙박 이용에 문제가 있을 때**

• 방을 바꿨으면 좋겠습니다.

    ▶ Tôi muốn đổi phòng.

• 뜨거운 물이 안 나옵니다.

    ▶ Không có nước nóng.

• 화장실 물이 안 나옵니다.

    ▶ Nước trong nhà vệ sinh không chảy.

• 자물쇠가 고장입니다.

    ▶ Ổ khóa bị hỏng.

• 서비스맨 한 명 올려보내 주세요.

    ▶ Hãy cử một người phục vụ lên cho tôi.

• 이 방은 너무 시끄럽습니다.

    ▶ Phòng này ồn ào quá.

• 열쇠를 방안에 두고 나왔습니다.

    ▶ Tôi để quên chìa khóa ở trong phòng.

• 주문한 아침식사가 아직도 도착하지 않았습니다.

▶ Bữa sáng tôi đã gọi vẫn chưa mang tới.

✚ 체크아웃을 준비할 때

- 체크아웃 시간은 몇 시입니까?
  ▶ Giờ trả phòng là mấy giờ?
- 내일 오전 9시에 떠나겠습니다.
  ▶ Tôi sẽ rời khỏi đây lúc 9 giờ sáng mai.
- 지금 방을 비우겠습니다.
  ▶ Bây giờ tôi sẽ dọn khỏi phòng.
- 짐을 가지고 내려갈 사람을 보내주세요.
  ▶ Hãy cử người giúp tôi mang hành lý xuống.
- 택시 좀 불러 주세요.
  ▶ Hãy gọi tắc xi giúp tôi.

✚ 체크아웃을 할 때

- 지금 체크아웃 하겠습니다.
  ▶ Bây giờ tôi sẽ trả phòng.
- 국제공항까지 택시로 얼마나 걸립니까?
  ▶ Đi bằng tắc xi đến sân bay quốc tế mất bao lâu?
- 택시를 좀 불러 주세요.
  ▶ Hãy gọi tắc xi giúp tôi.
- 맡겨둔 귀중품을 다시 찾고 싶습니다.
  ▶ Tôi muốn lấy lại đồ quý hiếm đã gửi.
- 이 짐을 5시까지만 좀 보관해 주세요.
  ▶ Hãy bảo quản hành lý này giúp tôi đến 5 giờ.

✚ 숙박비를 계산할 때

- 계산서 부탁합니다.
  ▶ Cho tôi hóa đơn.
- 여행자 수표를 받습니까?

▶ Có nhận ngân phiếu du lịch không?

• 잘 지냈습니다[=호텔 서비스가 아주 좋았습니다].

▶ Nghỉ ở đây rất tốt (dịch vụ khách sạn này tốt lắm).

04 길 안내

✚ 길을 물을 때

• 실례하지만, 여기가 어디입니까?

▶ Xin lỗi, đây là đâu ạ?

• 길 좀 알려줄 수 있습니까?

▶ Chỉ đường cho tôi được không?

• 미안합니다만, 중앙 광장으로 가는 길을 가르쳐 주세요.

▶ Xin lỗi, làm ơn chỉ cho tôi đường đến quảng trường Jung Ang.

• 여기에 약도를 그려주시겠습니까?

▶ Làm ơn vẽ sơ đồ ra đây được không.

• 이 지도에서 제가 있는 곳을 알려주시겠습니까?

▶ Xin hãy chỉ cho tôi biết chỗ tôi đang ở trên bản đồ này?

• ~호스텔은 여기서 멉니까?

▶ Nhà nghỉ ~ cách xa đây không?

• 가는 도중에 있는 이정표들을 말씀해 주세요.

▶ Hãy bảo tôi các biển chỉ đường có trên đường đi.

• 곧장 가야합니까?

▶ Phải đi thẳng phải không?

오른쪽으로	Sang phải
왼쪽으로	Sang trái
5분 거리	Khoảng cách 5 phút
10Km의 거리	Khoảng cách 10 ki lo met
걸어서	Đi bộ
버스를 타고	Đi xe buýt

✚ 장소를 물을 때

- 이 거리의 이름이 무엇입니까?
  - ▶ Tên đường này là gì?
- 저 건물은 무엇입니까?
  - ▶ Tòa nhà kia là gì?
- 이 근처에 우체국이 있습니까?
  - ▶ Gần đây có bưu điện không?
- 이 근처에 공중 화장실이 있습니까?
  - ▶ Gần đây có nhà vệ sinh công cộng không?
- 이곳에서 얼마나 멉니까?
  - ▶ Cách đây bao xa?
- 화장실은 어디입니까?
  - ▶ Nhà vệ sinh ở đâu?
- 리베라 호텔은 여기서 멉니까?
  - ▶ Khách sạn Rivera có xa đây không?

✚ 시간과 거리를 물을 때

- 전철역에 도착하는데 얼마나 걸립니까?
  - ▶ Đến ga tàu điện ngầm mất bao lâu?
- 저것은 무슨 건물이죠?
  - ▶ Kia là tòa nhà gì thế?
- 똑바로 가면 됩니까?
  - ▶ Đi thẳng là tới phải không?

✚ 길을 가리켜줄 때

- 그곳은 하이바쯩 거리에 있는 것으로 압니다.
  - ▶ Tôi biết chỗ đó ở đường Hai Bà Trưng.
- 곧장 가세요.
  - ▶ Hãy đi thẳng.
- 좌[우]회전하세요.

▸ Hãy rẽ trái (phải).

• 걸어서 저쪽에 갈 수 있습니다.
▸ Có thể đi bộ đến chỗ đó.

• 걸어서 10분 걸립니다.
▸ Đi bộ mất 10 phút.

• 버스로 갈 수 있습니다.
▸ Có thể đi bằng xe buýt.

• 우체국 옆에 있습니다.
▸ Ở bên cạnh bưu điện.

✚ **자신도 길을 모를 때**

• 죄송합니다. 잘 모릅니다.
▸ Xin lỗi, tôi không biết.

• 죄송합니다. 저도 초행길이라서요.
▸ Xin lỗi, tôi cũng là người mới đến/ tôi cũng không biết đường.

• 경찰관에게 물으세요.
▸ Hãy hỏi cảnh sát.

✚ **길을 잃었을 때**

• 길을 잃었습니다.
▸ Tôi bị lạc đường.

• 여기는 어디입니까?
▸ Đây là đâu?

• 북쪽은 어느 쪽입니까?
▸ Phía bắc là phía nào?

• 이 거리를 뭐라고 부르죠?
▸ Đường này gọi là gì?

• 현재 위치를 가르쳐 주세요.
▸ Hãy chỉ cho tôi vị trí hiện tại.

• 여기에 약도를 그려 주십시오.
  ▶ Xin hãy vẽ sơ đồ vào đây.

• 관광 안내소는 어디에 있습니까?
  ▶ Quầy hướng dẫn du lịch ở đâu?

05 관광

✚ 관광안내소에서

• 이 도시의 지도를 얻을 수 있을까요?
  ▶ Tôi có thể xin bản đồ thành phố này được không?

• 시내관광을 위한 책자를 얻고 싶습니다.
  ▶ Tôi muốn xin cuốn giới thiệu du lịch thành phố.

• 무료 시내 지도는 없습니까?
  ▶ Không có bản đồ thành phố miễn phí ư?

• 저는 '풀 하우스 "를 보고 싶습니다.
  ▶ Tôi muốn xem "Ngôi nhà hạnh phúc".

• 저는 호치민 박물관에 가보고 싶습니다.
  ▶ Tôi muốn đi xem bảo tàng Hồ Chí Minh.

• 시내로 들어가는 버스[택시]는 있습니까?
  ▶ Có xe buýt (tắc xĩ) đi vào thành phố không?

• 버스[택시] 정류장은 어디에 있습니까?
  ▶ Bến xe buýt (tắc xĩ) ở đâu?

• 여기서 렌트카 예약이 가능합니까?
  ▶ Ở đây có thể đặt thuê xe ô tô được không?

• 시내의 한 호텔을 예약해 주세요.
  ▶ Xin hãy đặt khách sạn trong thành phố cho tôi.

• 영어를 할 줄 아는 가이드가 필요합니다.
  ▶ Tôi cần người hướng dẫn biết tiếng Anh.

• [가이드비용이] 하루에 얼마입니까?

▶ Chi phí cho hướng dẫn viên mỗi ngày bao nhiêu?

• 제게 인기있는 관광지를 알려주실 수 있습니까?
▶ Cho tôi biết địa điểm du lịch được yêu thích nổi tiếng được không?

• 사파를 하루 안에 갔다 올 수 있습니까?
▶ Có thể đi Sa Pa và về trong ngày được không?

• 붕따우를 갈 수 있는 가장 편안한 형태를 알려줄 수 있나요?
▶ Chỉ cho tôi biết cách nào đi Vũng Tàu thuận tiện nhất được không?

✚ 투어를 이용할 때

• 투어버스가 있습니까?
▶ Có xe buýt du lịch không?

• 연극이나 축제를 볼 수 있는 코스가 있습니까?
▶ Có tua du lịch nào có thể xem kịch hay lễ hội không?

• 쇼나 연극을 관람하는 관광코스는 없나요?
▶ Có tua du lịch nào để xem kịch hay biểu diễn không?

• 입장료가 관광코스에 포함되어 있나요?
▶ Vé vào có bao gồm trong chương trình không?

✚ 입장권을 살 때

• 표는 어디서 구입하죠?
▶ Mua vé ở đâu?

• 공연 시작[종료]는 몇 시죠?
▶ Mấy giờ bắt đầu (kết thúc) biểu diễn?

• 언제까지 공연이 계속되죠?
▶ Buổi diễn tiếp tục đến khi nào?

• 좌석을 예약하고 싶습니다.
▶ Tôi muốn đặt chỗ.

• 입장료는 얼마입니까?

▷ Vé vào cửa (vé thắng cảnh) bao nhiêu?

• 학생증이 있으면 할인이 됩니까?

▷ Nếu có thẻ học sinh có được giảm giá không?

• 입장료는 포함돼 있습니까?

▷ Có bao gồm vé vào cửa không?

✚ 관광지에서

• 입장료는 얼마입니까?

▷ Vé vào cửa (vé thắng cảnh) bao nhiêu tiền?

• 일요일에 왕궁을 방문하는 것은 무료입니까?

▷ Thăm quan Hoàng cung vào ngày chủ nhật được miễn phí phải không?

• 역사 박문관 개관 시간은 어떻게 되죠?

▷ Thời gian mở cửa Bảo tàng Lịch sử thế nào ạ?

• 이 지방의 민속 음악[춤]이 뭐죠?

▷ Ám nhạc (múa) dân tộc của vùng này là gi?

• 이 지역은 상업지역이다.

▷ Khu vực này là khu thương mại.

• 와! 거리에 사람들이 엄청 많다.

▷ Ồ, trên đường có nhiều người quá!

• 오늘은 일요일이고, 방금 전에 미사가 끝났다.

▷ Hôm nay là chủ nhật, lễ mi sa vừa kết thúc lúc nãy.

• 저것은 무슨 성당입니까?

▷ Đó là thánh đường gì đấy?

• 카페테리아에 사람 많은 것 보입니까?

▷ Có thấy nhiều người ở quán cà fê không?

• 저기, 길들이 너무 좁다[넓다].

▷ Kìa, đường hẹp quá (rộng quá).

• 여기서 사진을 찍을 수 있습니까?

▷ Ở đây có thể chụp ảnh được không?

✚ 관람할 때

- 지금 뭐가 인기 있습니까?
  ▶ Hiện nay có gì đang nổi tiếng?

- 요즘 인기있는 프로그램은 뭐죠?
  ▶ Chương trình nổi tiếng hiện nay là gì?

- 수상연극을 보고 싶어요.
  ▶ Tôi muốn xem biểu diễn múa rối nước.

- (쇼)는 어디서 볼 수 있습니까?
  ▶ Có thể xem biểu diễn ở đâu?

- 누가 출연하고 있습니까?
  ▶ Ai đang diễn?

- 제 좌석으로 안내해 주세요.
  ▶ Hãy chỉ giúp tôi chỗ ngồi của tôi.

- 개막(종막)은 몇 시입니까?
  ▶ Khai mạc (kết thúc) lúc mấy giờ?

- 지금 뭘 하고 있습니까?
  ▶ Bây giờ đang làm gì?

- 지금은 무엇을 공연하고 있습니까?
  ▶ Bây giờ đang biểu diễn cái gì?

- 여기 기념품 상점이 있습니까?
  ▶ Ở đây có cửa hàng bán đồ lưu niệm không?

✚ 기념 촬영할 때

- 여기서 사진을 찍어도 됩니까?
  ▶ Chụp ảnh ở đây có được không?

- 사진 좀 찍어 주시겠어요?
  ▶ Chụp ảnh giúp tôi được không?

- 미안합니다만, 셔터 좀 눌러 주시죠?
  ▶ Xin lỗi, xin hãy bấm nút mở ống kính?

- 저와 함께 사진을 찍어 주시겠습니까?

▸ Chụp ảnh với tôi được không?

• 플래쉬를 사용해도 됩니까?

▸ Dùng đèn Flash có được không?

• 당신 사진을 찍어도 됩니까?

▸ Chụp ảnh anh (chị) được không?

• 사진을 보내 드리겠습니다.

▸ Tôi sẽ gửi ảnh.

• 집 주소를 여기에 써 주세요.

▸ Hãy ghi địa chỉ nhà vào đây.

• 이메일을 여기에 써주세요.

▸ Hãy ghi địa chỉ email vào đây.

✚ 카메라 상점에서

• 35mm 칼라 필름을 주세요.

▸ Cho tôi phim màu 35mm.

• 디지털 카메라 5G(기가) 메모리카드 주세요.

▸ Cho tôi thẻ nhớ 5GB cho máy ảnh kỹ thuật số.

• 셔터가 제대로 움직이지 않습니다.

▸ Nắp ống kính không đóng mở chính xác được.

• 이것을 점검해 주시겠어요?

▸ Kiểm tra giúp cái này được không?

• 이 카메라에 맞는 건전지 2개주세요.

▸ Hãy cho 2 viên pin hợp với máy ảnh này.

06 쇼핑

✚ 쇼핑센터를 찾을 때

• 이 도시의 상가가 어디에 있죠?

▸ Khu phố thương mại của thành phố này ở đâu?

- 백화점이 이 근처에 있습니까?
  ▶ Ở gần đây có bách hóa không?

- 면세품 상점은 있습니까?
  ▶ Có cửa hàng miễn thuế không?

- 이 지역은 상업지구이다.
  ▶ Khu vực này là khu thương mại.

- 여기가 이 도시에서 가장 좋은 상점들이 있다.
  ▶ Đây là những cửa hàng tốt nhất ở thành phố này.

✚ 매장을 찾을 때

- 이 동네의 꽃집은 어디입니까?
  ▶ Cửa hàng hoa ở khu vực này ở đâu ạ?

- (그것)을 어디서 살 수 있습니까?
  ▶ Có thể mua (cái đó) ở đâu?

- ~파는 곳은 어디입니까?
  ▶ Nơi bán ... ở đâu?

✚ 가게로 가고자 할 때

- 여기에서 가까운 빵집은 어디에 있습니까?
  ▶ Quán bánh gần đây ở đâu ạ?

- 속옷 매장은 어디에 있습니까?
  ▶ Cửa hàng bán đồ lót ở đâu ạ?

✚ 가게에 들어설 때

- 무엇을 도와드릴까요?
  ▶ Quí khách cần gì ạ?

- 도움이 필요하십니까?
  ▶ Cần tôi giúp gì không ạ?

- 쇼핑을 하고 싶습니다.
  ▶ Tôi muốn mua hàng.

- 무엇을 원하십니까?
  ▸ **Cần tìm gì ạ?**

- 무엇을 찾고 있으신가요?
  ▸ **Anh (chị) tìm gì ạ?**

- 영업 시간은 몇 시부터 몇 시까지입니까?
  ▸ **Thời gian mở cửa từ mấy giờ đến mấy giờ?**

✚ 물건을 찾을 때

- 안내를 받고 계십니까?
  ▸ **Anh (chị) đang được hướng dẫn phải không?**

- 이 동네 특산물은 무엇입니까?
  ▸ **Đặc sản của khu vực này là gì ạ?**

- 가죽 가방을 사고 싶어요.
  Tôi muốn mua túi da.

	기념품
과자	Bánh kẹo
엽서	Bưu thiếp
열쇠고리	Dây đeo chìa khóa
향수	Nước hoa
와인	Rượu tây
전통술	Rượu truyền thống
스카프	Khăn quàng
넥타이	Cà vạt
지갑	Ví
가방	Túi
초콜릿	Sô cô la
T-셔츠	Áo sơ mi
꿀	mật ong
차	Trà

- 그저 구경만 하는 것뿐입니다.
  ▷ Chỉ là ngắm xem thôi.
- 저 시계 좀 보여주시겠습니까?
  ▷ Cho tôi xem cái đồng hồ kia.
- 죄송합니다. 다 팔렸습니다.
  ▷ Xin lỗi, đã bán hết rồi.
- 제 것을 주문해 주실 수 있나요?
  ▷ Có thể đặt mua cho tôi được không?
- 시간이 얼마나 걸릴까요?
  ▷ Mất bao lâu?

✚ 물건을 보여 달라고 할 때

- 지갑을 보여 주세요.
  ▷ Hãy cho tôi xem cái ví.
- 이것과 같은 것이 있습니까?
  ▷ Có cái giống như cái này không?
- 다른 것을 보여주십시오.
  ▷ Hãy cho tôi xem cái khác.
- 그 브로치 좀 보여주세요.
  ▷ Hãy cho tôi xem cái gài áo đó.

✚ 색상을 고를 때

- 어떤 색을 원하십니까?
  ▷ Thích màu gì?
- 이 색은 마음에 안 듭니다.
  ▷ Tôi không ưng màu này.
- 같은 것으로 다른 색깔은 없습니까?
  ▷ Không có cái giống thế này màu khác ư?
- 저희는 원하시는 색을 가지고 있지 않습니다.
  ▷ Chúng tôi không có màu mà anh (chị) thích.

• 이 색이 잘 어울리십니다.
  ▶ Màu này rất hợp với anh (chị).

색	
적색	Màu đỏ
녹색	Màu xanh lá cây
흰색	Màu trắng
검정	Màu đen
갈색	Màu nâu
파란색	Màu xanh
노란색	Màu vàng
회색	Màu xám

✚ 사이즈를 고를 때

• 사이즈가 어떻게 되나요?(1)
  ▶ Cỡ thế nào ạ?

• 사이즈가 어떻게 되나요?(2)
  ▶ Kích cỡ thế nào ạ?

• 신발 사이즈가 어떻게 되죠?
  ▶ Cỡ giày thế nào ạ?

• 이 치수로 하나 골라 주세요.
  ▶ Hãy chọn một cái cỡ này.

• 더 큰[작은] 것을 있습니까?
  ▶ Có cái nào lớn (nhỏ) hơn không?

• 더 작은 것은 없나요?
  ▶ Không có cái nào nhỏ hơn ư?

• 죄송합니다, 저희는 원하시는 치수를 보유하고 있지 않습니다.
  ▶ Xin lỗi, chúng tôi không có cỡ anh (chị) muốn.

• 입어봐도 되나요?
  ▶ Tôi mặc thử được không?

- (신발을) 신어봐도 되나요?
  - ▶ Tôi đi thử (giày) được không?

- (구두) 굽이 너무 높습니다.
  - ▶ Gót (giày) hơi cao.

- 이 신발은 잘 맞지 않습니다.
  - ▶ Đôi giày này không vừa lắm.

- 너무 꽉 끼입니다.
  - ▶ Chật quá.

- 너무[조금] 헐렁합니다.
  - ▶ Rộng quá (một chút).

- 폭이 너무 좁[넓]습니다.
  - ▶ Chiều rộng hơi nhỏ (to).

신발	
구두	Giày
운동화	Giày thể thao
부츠	Bốt
샌들	Xăng đan
슬리퍼	Dép lê

✚ 디자인을 고를 때

- 최신 유행하는 것입니다.
  - ▶ Đây là loại mốt mới nhất.

- 이 타입이 좋습니다.
  - ▶ Kiểu này được đấy.

- 너무 요란[칙칙]합니다.
  - ▶ Sặc sỡ (tối) quá.

- 이 디자인이 수수하고 멋집니다.
  - ▶ Mẫu mã này giản dị và ưa nhìn đấy.

- 저는 이 줄무늬 블라우스가 좋습니다.
  - ▶ Tôi thích chiếc áo cánh kẻ này.

• 저는 체크 무늬 와이셔츠를 좋아하지 않습니다.
  ▶ Tôi không thích áo sơ mi kẻ ca rô.

• 이 넥타이와 와이셔츠가 잘 어울립니다.
  ▶ Cái cà vạt này và áo sơ mi không hợp với nhau.

✚ 품질을 물을 때

• 품질이 매우 좋습니다.
  ▶ Chất lượng tốt lắm.

✚ 물건값을 물을 때

• 좀더 싼 것이 있습니까?
  ▶ Có loại nào rẻ hơn không?

• 할인되지 않습니까?
  ▶ Có giảm giá không?

• 비싼 것을 원하지 않습니다.
  ▶ Tôi không thích cái đắt tiền.

• 정찰제입니다.
  ▶ Bán đúng giá.

✚ 물건값을 흥정할 때

• 제게는 너무 비쌉니다.
  ▶ Quá đắt đối với tôi.

• 싸게 할 수 없습니까?
  ▶ Không thể bán rẻ hơn ư?

• 얼마 정도를 예상하십니까?
  ▶ Anh (chị) định mua khoảng bao nhiêu tiền?

• 할인 좀 해주세요.
  ▶ Hãy giảm bớt giá cho tôi.

• 이 카드[쿠폰]로 10% 정도 할인을 받을 수 있나요.
  ▶ Thanh toán bằng thẻ (phiếu mua hàng) này có thể giảm

giá khoảng 10%.

- 만약 10유로라면 제가 사겠습니다.
  ▶ Nếu là 10 euro tôi sẽ mua.

- 가장 싸게 부르는 가격은 얼마입니까?
  ▶ Giá phát rẻ nhất là bao nhiêu?

- 할인을 해준다면, 모두 사겠습니다.
  ▶ Nếu giảm giá, tôi sẽ mua hết.

✚ **물건값을 계산할 때**

- 이것을 사겠습니다.
  ▶ Tôi sẽ mua cái này.

- 전부 얼마입니까?
  ▶ Tất cả là bao nhiêu?

- 계산이 틀리지 않나요?
  ▶ Tính tiền có nhầm không?

- 거스름돈이 잘못되었습니다.
  ▶ Tiền thừa bị sai rồi.

- 다시 한번 확인해 주세요.
  ▶ Hãy kiểm tra lại giúp tôi?

- 현금으로 지불하겠습니다.
  ▶ Tôi sẽ trả bằng tiền mặt.

- 신용카드도 받으십니까?
  ▶ Có nhận bằng thẻ tín dụng không?

- 할부로 가능합니까?
  ▶ Có trả góp được không?

- 3개월 할부로 해주세요.
  ▶ Cho tôi trả góp trong 3 tháng.

- 여행자 수표[신용카드]로 지불해도 됩니까?
  ▶ Trả bằng ngân phiếu du lịch (thẻ tín dụng) được không?

- 유로로 지불 할 수 있나요?

▸ Có thể trả bằng euro được không?

• 돈은 이미 지불했습니다.

▸ Tôi đã trả tiền rồi.

• 영수증 좀 주세요.

▸ Cho tôi hóa đơn.

• 이미 돈을 지불했습니다.

▸ Tôi đã trả tiền rồi.

• AS가 됩니까?

▸ Có dịch vụ sau bán hàng (A/S) không?

✚ 포장을 부탁할 때

• 포장을 좀 잘해주세요.

▸ Hãy gói đẹp cho tôi.

✚ 배달과 배송을 부탁할 때

• 이 옷들을 저희 집으로 배송해 줄 수 있죠?

▸ Gửi những cái áo này về nhà cho tôi được chứ?

• 대우 호텔로 배달해 주세요.

▸ Xin hãy chuyển (hàng) đến khách sạn Daewoo giúp tôi.

• 내일까지 집으로 배송해 주세요.

▸ Hãy chuyển hàng đến nhà tôi chậm nhất là (vào) ngày mai.

• 선편[항공편]으로 배송 부탁합니다.

▸ Cho tôi gửi bằng tàu thủy (máy bay).

• 이 서류 좀 작성해주시겠습니까?

▸ Làm ơn, viết giấy tờ này được không?

✚ 교환 · 반품 · 환불을 원할 때

• 어제 여기에서 이 카세트를 샀는데, 고장이 났습니다.

▸ Tôi đã mua cái cát sét này ở đây hôm qua, nó hỏng rồi.

• 핸드폰 작동이 안됩니다.

▶ Điện thoại không hoạt động.

- 이것을 교환할 수 있나요?
  ▶ Có thể đổi cái này được không?

- 이것을 다른 것으로 바꿀 수 있습니까?
  ▶ Đổi cái này sang cái khác được không?

- 이것은 파손되어 있습니다.
  ▶ Cái này bị vỡ hỏng rồi.

- 이것은 고장입니다.
  ▶ Cái này hỏng rồi.

- 교환이나 환불 됩니까?
  ▶ Có đổi hay trả lại được không?

- 환불하고 싶습니다.
  ▶ Tôi muốn trả lại.

✚ 면세품을 구입할 때

- 면세점은 있습니까?
  ▶ Có quầy miễn thuế không?

- 어디에 면세점이 있습니까?
  ▶ Quầy miễn thuế ở đâu?

- 어느 제품을 원하십니까?
  ▶ Anh (chị) muốn sản phẩm nào?

- 데낄라 한병 주세요.
  ▶ Cho tôi một chai Delkila.

- 탑승권을 보여 주시겠습니까?
  ▶ Cho tôi xem vé máy bay được không?

- 면세 술은 몇 병 살 수 있습니까?
  ▶ Có thể mua mấy chai rượu miễn thuế?

- 몇 갑의 면세 담배를 가져갈 수 있습니까?
  ▶ Có thể mang bao nhiêu bao thuốc lá miễn thuế?

- 담배는 12갑을 가져가실 수 있습니다.

▶ Có thể mang 12 bao thuốc lá.

	면세품
시계	Đồng hồ
향수	Nước hoa
술	Rượu
위스키	Uýt ki
꼬냑	Cô nhắc
담배	Thuốc lá
목거리	Khăn quàng
디지털카메라	Máy ảnh kỹ thuật số
보석	Đá quí
진주	Ngọc trai
콤팩트	Phấn nén
립스틱	Son môi
초콜릿	Sô cô la
볼펜	Bút bi
만년필	Bút mực

• 이 볼펜들을 보여주세요.

▶ Cho tôi xem những cái bút bi này.

• 여기에 써봐도 됩니까?

▶ Viết thử vào đây được không?

• 매우 잘 써지네요.

▶ Nét chữ đẹp lắm.

• 한 다스에 얼마입니까?

▶ Một tá thì bao nhiêu tiền?

✚ **매장의 열고, 닫을 때를 물을 때**

• 가게 영업시간은 몇 시부터입니까?

▶ Cửa hàng mở cửa từ mấy giờ?

• 언제부터 언제까지 문을 엽니까?

▶ Mở cửa từ mấy giờ đến mấy giờ?

• 몇 시에 문을 엽니까?

▶ Mở cửa lúc mấy giờ?

• 오전 9시 반에 문을 엽니다.

▶ Mở cửa lúc 9 giờ rưỡi.

• 몇 시에 문을 닫습니까?

▶ Đóng cửa lúc mấy giờ?

• 몇 시까지 문을 엽니까?

▶ Mở cửa đến mấy giờ?

• 오후 8시에 문을 닫습니다.

▶ Đóng cửa lúc 8 giờ tối.

• 토요일에도 문을 엽니까?

▶ Thứ bảy cũng mở cửa à?

07 귀국

✚ 귀국편을 예약할 때

• 인천까지 표 두 장이요.

▶ Hai vé đi Incheon.

• 창문 쪽[복도 쪽] 좌석을 부탁합니다.

▶ Tôi đề nghị ghế (chỗ ngồi) phía cửa sổ (phía lối đi).

• 지금 탑승할 수 있는 마드리드행의 바로 다음 비행기를 예약해 주십시오.

▶ Cho tôi đặt vé chuyến bay đi Madrid ngay sau chuyến đang làm thủ tục lên máy bay hiện nay.

✚ 예약을 재확인할 때

• 비행기 예약을 다시 확인하고 싶습니다.

▷ Tôi muốn xác nhận lại việc đặt vé máy bay.

- 5월 10일에 떠나는 JAL 207편입니다.
  ▷ Là chuyến JAL 207 đi ngày 10 tháng 5.

✚ 항공편을 변경하거나 취소할 때

- 이 비행기는 정시에 이륙합니까?
  ▷ Máy bay này có cất cánh đúng giờ không?

- 얼마나 지연됩니까?
  ▷ Bị chậm bao lâu?

- 다른 항공편을 알아봐 주십시오.
  ▷ Hãy hỏi giúp tôi chuyến bay khác.

- 예약을 변경하고 싶습니다.
  ▷ Tôi muốn thay đổi nội dung đặt vé.

- 이 예약을 취소해 주십시오.
  ▷ Hãy hủy vé đã đặt này giúp tôi.

✚ 공항에서

- 이 공항에서 쇼핑을 할 수 있습니까?
  ▷ Có mua sắm ở sân bay này được không?

- 이 공항에서 얼마나 체류하게 됩니까?
  ▷ Lưu lại sân bay này bao lâu?

- 몇 시부터 탑승합니까?
  ▷ Lên máy bay từ mấy giờ?

- 몇 번 게이트입니까?
  ▷ Ra cửa số mấy?

- 46번 게이트는 어디에 있습니까?
  ▷ Cửa số 46 ở đâu ạ?

✚ 탑승수속을 할 때

- 이 양식을 기재하는 방법을 가르쳐 주세요.

▸ Làm ơn chỉ cho tôi cách điền các mẫu này.

• 이 짐을 붙이고 싶습니다.

▸ Tôi muốn gửi hành lý này.

• 짐은 모두 3개입니다.

▸ Tất cả có 3 kiện hành lý.

• 이 짐은 분리해서 보내주세요.

▸ Hãy gửi tách rời hành lý này.

• 초과 요금이 얼마입니까?

▸ Phí quá cước là bao nhiêu?

✚ 비행기 안에서

• 미안합니다만, 잠깐 지나가겠습니다.

▸ Xin lỗi, cho tôi đi qua một chút.

• 물[콜라] 한잔 주세요.

▸ Cho tôi một cốc nước (cô ca cô la).

• 의자를 뒤로 젖혀도 되겠습니까?

▸ Ngả ghế ra sau có được không?

• 한국어[베트남어] 신문이 있습니까?

▸ Có báo tiếng Hàn (tiếng Việt) không?

• 지금 어디 근방을 날고 있는 중입니까?

▸ Bây giờ đang bay ở gần chỗ nào?

• 비행기에서 면세품을 판매합니까?

▸ Trên máy bay có bán hàng miễn thuế không?

01 구인과 취직

✚ 구직 서류를 작성할 때

- 이름?
  - ▶ Tên?
- 주소?
  - ▶ Địa chỉ?
- 전화번호?
  - ▶ Số điện thoại?
- 직업?
  - ▶ Nghề nghiệp?
- 수입수준?
  - ▶ Mức thu nhập?
- 교육수준?
  - ▶ Trình độ học vấn?
- 성별?
  - ▶ Giới tính?
- 종교?
  - ▶ Tôn giáo?
- 나이?
  - ▶ Tuổi?
- 인종?
  - ▶ Chủng tộc?
- 결혼 날짜?
  - ▶ Ngày kết hôn?
- 출생지?
  - ▶ Nơi sinh?

- 결혼 유무?
  - ▷ Đã kết hôn chưa?

✚ 일자리를 찾을 때

- 일자리를 찾으세요?
  - ▷ Anh (chị) tìm việc làm à?
- 일자리를 찾습니다.
  - ▷ Tôi tìm việc làm.
- 요즘 일자리 구하기가 어떻게 어렵다고 생각하십니까?
  - ▷ Anh (chị) nghĩ dạo này tìm việc làm khó như thế nào?
- 아르바이트 일자리 찾기가 쉽지 않아요.
  - ▷ Tìm việc làm thêm không dễ đâu.
- 그는 드디어 그 회사에 일자리를 구했어.
  - ▷ Cuối cùng anh (chị) ấy đã tìm được việc làm ở công ty đó.
- 그가 그 일자리를 얻게 될 가능성은 충분히 있어.
  - ▷ Anh (chị) ấy có đủ khả năng kiếm được chỗ làm đó.
- 그는 취직면접을 준비했어.
  - ▷ Anh (chị) ấy đã chuẩn bị phỏng vấn xin việc.
- 제게 추천서를 (써)주세요.
  - ▷ Xin hãy viết giấy tiến cử cho tôi.
- 나는 일자리를 잃었어요.
  - ▷ Tôi bị mất việc làm.
- 어슬렁거리지 말고 일자리나 잡도록 애쓰세요.
  - ▷ Đừng lề mề nữa hãy nỗ lực tìm việc mà làm đi.
- 취직만 되면 좋겠습니다.
  - ▷ Giá tôi kiếm được việc làm thì tốt quá.
- 올해는 취직을 할겁니다.
  - ▷ Năm nay tôi sẽ kiếm việc làm.

✚ 면접에 응할 때

• 귀사에 일자리가 있습니까?
> Quý công ty có tuyển người không?

• 귀사에 지원하고 싶은데요.
> Tôi muốn xin vào làm việc ở quý công ty.

• 우리 회사를 어떻게 아셨습니까?
> Làm thế nào anh (chị) biết công ty chúng tôi?

• 전단지에서 구인광고를 보았습니다.
> Tôi đã xem quảng cáo tuyển dụng trên tờ rơi.

• 내일 면접 보러 오실 수 있습니까?
> Ngày mai anh (chị) có thể đến để phỏng vấn được không?

• 어떻게 하면 제가 면접을 볼 수 있습니까?
> Làm thế nào tôi có thể tham gia phỏng vấn được?

• 이력서를 보내 주십시오.
> Hãy gửi lý lịch cho tôi.

• 당신의 이력서를 보여주십시오.
> Hãy cho tôi xem lý lịch của anh (chị).

• 베트남어[영어] 이력서를 접수받습니까?
> Có nhận lý lịch bằng tiếng Việt (tiếng Anh) không?

• 오늘 오셔서 면접을 받을 수 있습니까?
> Hôm nay anh (chị) có thể đến phỏng vấn được không?

• 어떻게 지원하면 되지요?
> Tôi phải đăng ký (làm thủ tục) thế nào?

• 면접 날짜와 시간이 정해졌나요?
> Ngày giờ phỏng vấn đã được xác định chưa ạ?

• 지금 긴장되니?
> Bây giờ, có căng thẳng không?

• 취직 면접 때문에 아주 초조해.
> Vì phỏng vấn xin việc nên tôi rất hồi hộp.

• 언제쯤 면접 결과를 알 수 있을까요?

▷ Khoảng khi nào có thể biết kết quả phỏng vấn?

• 저는 이것을 면접으로 알고 있었습니다.

▷ Tôi đã biết đây là phỏng vấn.

• 오늘 면접이 있었어.

▷ Hôm nay có buổi phỏng vấn.

✚ 면접을 할 때

• 어디 대학에서 수학했습니까?

▷ Anh (chị) đã theo học đại học nào?

• 당신은 대학에서의 전공이 무엇입니까?

▷ Chuyên ngành của anh (chị) khi học đại học là gì?

• 대학 때 성적은 어떻죠?

▷ Thành tích học tập khi học đại học thế nào?

• 최고의 학력은 어떻게 되죠?

▷ Trình độ học vấn cao nhất là gì ạ?

• 왜 우리 회사에 지원했나요?

▷ Vì sao anh (chị) xin vào làm việc ở công ty chúng tôi?

• 왜 이 일에 관심이 있으시죠?

▷ Ví sao anh (chị) quan tâm đến công việc này?

• 이 일에서 가장 관심이 가는 것은 무엇이죠?

▷ Điều quan tâm nhất của anh (chị) đối với công việc này là gì?

• 어떤 외국회사에서 일을 했었나요?

▷ Anh (chị) đã làm việc ở công ty nước ngoài nào chưa?

• 어떤 자격증을 가지고 계십니까?

▷ Anh (chị) có những văn bằng chứng chỉ gì?

• 어떤 자격들을 취득했습니까?

▷ Anh (chị) đã đạt được những chứng chỉ (giấy phép) gì?

• 어떤 경력을 가지고 계십니까?

▷ Anh (chị) có những kinh nghiệm gì?

• 어떤 전문적인 경험을 가지고 있습니까?
▸ Anh (chị) có kinh nghiệm chuyên môn gì không?

• 이 직종에 경력이 좀 있으십니까?
▸ Anh (chị) có kinh nghiệm về nghề này không?

• 당신이 왜 이 일에 적임이라고 생각합니까?
▸ Vì sao anh (chị) nghĩ sẽ phù hợp với công việc này?

• 행정에서 어떤 경력이 있습니까?
▸ Anh (chị)có kinh nghiệm gì về hành chính?

• 아르바이트를 해봤나요?
▸ Anh (chị) đã từng đi làm thêm chưa?

• 어떤 아르바이트를 하고 있습니까?
▸ Anh (chị) đang làm thêm gì?

• 전에 무슨 보직을 가졌었습니까?
▸ Trước đây anh (chị) có chức vụ gì không?

• 전 직장에 대해 일반적인 묘사를 제게 해주실 수 있나요?
▸ Anh (chị) có thể miêu tả sơ qua cho tôi biết về công việc trước đây của mình được không?

• 왜 전의 직장을 그만두셨죠?
▸ Vì sao anh (chị) từ bỏ công việc cũ?

• 저희 회사의 일원이 되기를 원하시나요?
▸ Anh (chị) có muốn trở thành thành viên của công ty chúng tôi không?

• 어떤 일을 하고 싶나요?
▸ Anh (chị) muốn làm công việc gì?

• 언제부터 일을 할 수 있습니까?
▸ Anh (chị) có thể làm việc từ khi nào?

• 당신의 장점은 무엇입니까?
▸ Ưu điểm của anh (chị) là gì?

• 어떤 일이 자신에게 맞는다고 생각하십니까?
▸ Anh (chị) nghĩ việc như thế nào phù hợp với mình?

• 정규직을 원하십니까? 아니면 계약직을 원하십니까?

▷ Anh (chị) muốn làm việc chính thức hay làm theo hợp đồng?

- 1주일에 며칠 일할 수 있습니까?
  ▷ Mỗi tuần anh (chị) có thể làm mấy ngày?

- 어느 시간에 일할 수 있습니까?
  ▷ Anh (chị) có thể làm vào giờ nào?

- 얼마의 급여를 원하십니까?
  ▷ Anh (chị) muốn mức lương thế nào?

- 급료를 어느 정도 생각하십니까?
  ▷ Anh (chị) yêu cầu mức lương thế nào?

- 그럼, 근무 조건을 설명 드리겠습니다.
  ▷ Vậy thì tôi sẽ giải thích điều kiện làm việc.

- 연락 드리겠습니다.
  ▷ Tôi sẽ liên lạc lại.

✚ 면접을 받을 때

- 취업비자가 없는데 일할 수 있습니까?
  ▷ Tôi không có visa lao động liệu có thể làm việc được không?

- 1주일에 몇 시간 일합니까?
  ▷ Mỗi tuần làm việc mấy tiếng ạ?

- 1주일에 몇 시간 일해야만 합니까?
  ▷ Mỗi tuần phải làm việc mấy tiếng ạ?

- 잔업(야근)을 해야만 하죠?
  ▷ Phải làm thêm (làm đêm) chứ ạ?

- 잔업수당은 있습니까?
  ▷ Có phụ cấp làm thêm không ạ?

- 고정 급여가 있죠?
  ▷ Có lương cố định phải không?

- 보수(월급)는 얼마나 됩니까?
  ▷ Thù lao (tiền lương) được bao nhiêu ạ?

- 유급휴가가 있습니까?
  ▶ Có ngày nghỉ được hưởng lương không?

- 직원 복지제도가 있습니까?
  ▶ Có chế độ phúc lợi cho nhân viên không?

- 여기 정년은 몇 살까지입니까?
  ▶ Ở đây tuổi nghỉ hưu là bao nhiêu tuổi ạ/ Đến bao nhiêu tuổi là tuổi nghỉ hưu ạ?

- 귀하의 지원에 깊이 감사드립니다.
  ▶ Xin vô cùng cảm ơn sự hỗ trợ của ngài.

- 회사를 위해서라면 무엇이든 하겠습니다.
  ▶ Tôi sẽ làm bất cứ việc gì vì công ty.

✚ 취직을 했을 때

- 저는 1년간 취업 교육을 받았습니다.
  ▶ Tôi đã được đào tạo nghề trong 1 năm.

- 그녀는 즉석에서 그 회사에 취직되었어.
  ▶ Cô ấy đã được nhận vào làm việc ngay tại chỗ.

- 그는 연줄로 취직했습니다.
  ▶ Tôi đã xin được việc nhờ quen biết.

- 비서로 취직했어요.
  ▶ Đã xin được việc làm thư ký.

- 저는 취직하지 못할 수도 있습니다.
  ▶ Cũng có thể tôi không xin được việc làm.

- 보험 서류를 작성하겠습니다.
  ▶ Tôi sẽ lập hồ sơ bảo hiểm.

✚ 업무를 부탁할 때

- 제 업무를 맡아 주시겠어요?
  ▶ Có thể đảm đương công việc của tôi được không?

- 당신이 해야 할 일이 좀 있어요.
  ▶ Có việc anh (chị) phải làm đấy.

- 지금 무슨 일을 하고 계세요?
  ▶ Anh (chị) đang làm gì đấy?

- 오늘은 아주 바빠요.
  ▶ Hôm nay rất bận.

- 밀린 일이 많아요.
  ▶ Có nhiều việc tồn đọng.

- 너무 바빠서 그걸 할 시간이 없어요.
  ▶ Không có thời gian để làm việc đó vì bận quá.

- 할 일이 많아요.
  ▶ Có nhiều việc phải làm.

- 왜 그렇게 일이 밀렸습니까?
  ▶ Sao việc dồn lại nhiều thế nhỉ?

- 그에게 업무를 맡깁시다.
  ▶ Hãy giao việc cho người ấy.

✚ 업무를 시작할 때

- 시작합시다.
  ▶ Hãy bắt đầu/ Bắt đầu nào.

- 어느 것을 먼저 할까요?
  ▶ Sẽ bắt đầu từ cái nào trước ạ?

- 금방 할게요.
  ▶ Tôi sẽ làm ngay/ tôi sẽ làm thật nhanh.

- 처음부터 다시 합시다.
  ▶ Hãy làm lại từ đầu.

- 이 일을 어떻게 시작해야 할지 모르겠어요.
  ▶ Tôi không biết phải bắt đầu việc này như thế nào.

✚ 업무 진행과 확인

- 그 건은 어떻게 되고 있나요?
  ▶ Cái đó như thế nào rồi?

- 그게 얼마나 있으면 끝날까요?
  ▶ Cái đó mất bao lâu sẽ làm xong?

- 그건 이미 처리했어요.
  ▶ Cái đó đã xử lý xong rồi.

- 아직 반도 안 끝났어요.
  ▶ Vẫn chưa xong một nửa ạ.

- 일이 아직 안 끝났어요.
  ▶ Công việc vẫn chưa xong ạ.

- 그 일을 어서 끝냅시다.
  ▶ Hãy mau chóng làm xong việc đó.

- 마감 시간에 맞춰야 해요.
  ▶ Phải khớp với thời hạn kết thúc đã định.

- 내일까지 이 보고서를 끝내세요.
  ▶ Đến ngày mai, phải hoàn thành báo cáo này nhé.

- 마감일이 얼마 남지 않았어요.
  ▶ Thời hạn không còn lại bao nhiêu.

- 그 일은 당신이 맡으세요.
  ▶ Anh (chị) hãy đảm nhận việc ấy.

- 제가 알아서 하겠습니다.
  ▶ Tôi sẽ tự tìm cách làm.

- 그 일은 제가 하겠습니다.
  ▶ Tôi sẽ làm việc đó.

- 잠깐 점심 먹고 일합시다.
  ▶ Hãy nghỉ một chút, ăn trưa rồi hãy làm.

• 한숨 돌립시다.

  ▶ Hãy nghỉ một chút.

• 드디어 끝났어요.

  ▶ Cuối cùng đã xong rồi.

• 우선 그 서류 좀 봅시다.

  ▶ Trước tiên hãy xem tài liệu đó đã.

• 이것 좀 설명해 주세요.

  ▶ Xin hãy giải thích cho tôi điều này.

• 이것 좀 서명해 주십시오.

  ▶ Hãy ký vào đây.

• 다음 할 일이 뭐죠?

  ▶ Việc tiếp theo là gì ạ?

✚ 팩스와 복사

• 이 서류를 팩시밀리로 보내 줄 수 있습니까?

  ▶ Tài liệu này có thể gửi bằng fax được không?

• 팩스가 깨끗하게 잘 나왔습니까?

  ▶ Fax có rõ ràng không?

• 팩스로 받아 보고 있는 중이에요.

  ▶ Tôi đã nhận fax và đang xem ạ.

• 제게 다시 팩스를 보내 주세요.

  ▶ Hãy gửi fax lại cho tôi.

• 전화를 팩스로 바꿔주세요.

  ▶ Hãy đổi chế độ điện thoại sang chế độ fax giúp tôi.

• 가능한 한 빨리 팩스로 보내주세요.

  ▶ Hãy gửi bằng fax nhanh nhất trong khả năng có thể cho tôi.

• 이거 복사 좀 해주실 수 있나요?

  ▶ Có thể phô tô cái này cho tôi được không?

• 복사가 번졌어요.

  ▶ Phô tô bị loang mực.

- 복사가 흐리게 나왔군요.
  ▶ Phô tô bị nhòe chữ.

- 종이가 복사기에 끼었어요.
  ▶ Giấy bị kẹt trong máy phô tô.

- 10부를 복사해 주겠어요?
  ▶ Phô tô 10 bản cho tôi được không.

- 이쪽 면을 30장만 복사해 주세요.
  ▶ Hãy phô tô mặt này 30 trang thôi.

- 복사기를 독점하지 마세요.
  ▶ Đừng độc chiếm máy phô tô.

✚ 컴퓨터

- 이 자료를 컴퓨터에 입력해 주세요.
  ▶ Hãy nhập tài liệu này vào máy vi tính.

- 파일 이름을 뭐라고 지정했죠?
  ▶ Tên file đặt là gì?

- 데이터가 다 없어졌어요.
  ▶ Dữ liệu bị mất sạch rồi.

- 제 컴퓨터는 고장이 났습니다.
  ▶ Máy vi tính của tôi đã bị hỏng.

- 저는 컴퓨터를 어떻게 작동시키는지 몰라요.
  ▶ Tôi không biết cách khởi động máy vi tính như thế nào.

- 컴퓨터에 대해서 잘 아세요?
  ▶ Anh (chị) có giỏi về máy tính không?

- 제 컴퓨터가 CIH 바이러스에 감염됐어요.
  ▶ Máy vi tính của tôi đã bị nhiễm vi rút CIH rồi.

✚ 인터넷과 이메일

- 인터넷에 접속되어 있어요?
  ▶ Đang nối mạng internet à?

- 당신은 인터넷을 할 수 있습니까?
  - ▶ Anh (chị) có biết dùng internet không?
- 인터넷에 접속하는 데 시간이 많이 걸려요.
  - ▶ Mất nhiều thời gian để kết nối internet.
- 인터넷에 접속하는 법을 가르쳐줄래요?
  - ▶ Có thể bảo tôi cách kết nối internet được không?
- 이메일(홈페이지) 주소가 어떻게 되세요?
  - ▶ Địa chỉ email (trang web) thế nào?
- 인터넷 항해를 했어요.
  - ▶ Đã lướt web.
- 제가 쓴 이메일을 교정해 주시겠습니까?
  - ▶ Sửa email do tôi viết giúp tôi được không?
- 이메일 글씨가 깨졌어요.
  - ▶ Email bị vỡ chữ.
- 최근에 보내 주신 이메일에 감사드립니다.
  - ▶ Xin cảm ơn email anh (chị) đã gửi lần trước.

03 회사 방문

✚ 방문객을 접수할 때

- 안녕하십니까, 선생님.
  - ▶ Xin chào anh (chị).
- 누구십니까?
  - ▶ Anh (chị) là ai?
- 어느 회사에서 오셨습니까?
  - ▶ Anh (chị) đến từ công ty nào?
- 무슨 용건이십니까?
  - ▶ Đến có việc gì ạ?
- 약속은 하셨습니까?

▷ Đã hẹn trước chưa ạ?

• 잠시 기다려 주십시오.

▷ Xin hãy đợi một chút.

• 앉으시겠어요?

▷ Xin mời ngồi ạ!

• 기다려 주셔서 감사합니다. 그분은 곧 나오실 겁니다.

▷ Xin cảm ơn anh (chị) đã đợi. Người đó sẽ ra ngay.

• 그분은 곧 이리 오실 겁니다.

▷ Người đó sẽ đến đây ngay.

• 네, 미스터 홍, 방문하실 거라는 연락을 받았습니다.

▷ Vâng, anh Hùng. Tôi đã nhận được tin anh sẽ đến.

• 그와 약속을 하셨습니까?

▷ Anh (chị) đã hẹn với người đó chưa?

• 그분의 사무실로 안내해 드리겠습니다.

▷ Để tôi giới thiệu văn phòng của người đó.

• 이쪽으로 오십시오.

▷ Xin mời đi lối này.

• 죄송합니다만, 외출 중입니다.

▷ Xin lỗi nhưng người đó hiện nay đang đi vắng.

• 10분 정도면 이리 오십니다.

▷ Khoảng 10 phút nữa sẽ đến đây.

• 지금 중요한 회의 중입니다.

▷ Bây giờ đang có cuộc họp quan trọng.

• 바쁘시면 내일 다시 오겠습니다.

▷ Nếu bận, ngày mai tôi sẽ quay lại.

✚ 거래처를 방문했을 때

• S사의 미스터 리입니다.

▷ Tôi là Mr Li ở công ty S.

• 미스터 미잉 있습니까?

> Có Mr Minh ở đây không ạ?

• 5시에 그 사람과 만나기로 약속이 되어 있습니다.

> Tôi có hẹn gặp người đó lúc 5 giờ.

• 수출부를 방문하고 싶습니다.

> Tôi muốn đến gặp bộ phận xuất khẩu.

• 수출부가 어디에 있습니까?

> Bộ phận xuất khẩu ở đâu ạ?

• 책임자를 만날 수 있습니까?

> Tôi có thể gặp người phụ trách được không?

✚ 방문객과 인사를 나눌 때

• 처음 뵙겠습니다. 미잉 씨.

> Rất vui được gặp anh, anh Minh.

• 한국에 잘 오셨습니다!

> Chúc mừng anh (chị) từ Hàn quốc tới.

• 명함을 주시겠습니까?

> Cho tôi xin danh thiếp được không?

• 당신 이름을 발음해 주시겠습니까?

> Tên của anh (chị) phát âm thế nào ạ?

• 이 전화번호로 저에게 연락이 가능합니다.

> Gọi theo số này có thể liên lạc được với tôi.

• 이건 직통 번호입니다.

> Đây là số gọi trực tiếp.

✚ 회사를 안내할 때

• 저희 회사를 찾아주셔서 감사합니다.

> Cảm ơn anh (chị) đã đến công ty chúng tôi.

• 제가 안내해 드릴까요?

> Để tôi hướng dẫn (giới thiệu) nhé?

• 제가 회의실로 모시겠습니다.

　▷ Xin mời anh chị vào phòng họp.

• 이쪽으로 오십시오.
　▷ Xin mời đi lối này.

• 화장실은 엘리베이터 옆에 있습니다.
　▷ Nhà vệ sinh ở bên cạnh cầu thang ạ.

• 잠깐 쉴까요?
　▷ Chúng ta nghỉ một chút nhé.

• 여기가 저희 본사입니다.
　▷ Đây là trụ sở chính công ty chúng tôi.

04 회의

✚ 회의 준비

• 회의는 언제입니까?
　▷ Bao giờ họp?

• 회의는 언제 열립니까?
　▷ Bao giờ tổ chức họp ạ?

• 몇 시에 회의합니까?
　▷ Mấy giờ họp ạ?

• 회의는 내일 오전 9시에 있습니다.
　▷ Cuộc họp diễn ra lúc 9 giờ sáng mai.

• 회의 시간이 오후 9시에서 7시로 앞당겨졌습니다.
　▷ Giờ họp thay đổi sớm hơn, chuyển từ 9 giờ sang 7 giờ tối.

• 회의는 몇 시에 시작할까요?
　▷ Cuộc họp nên bắt đầu lúc mấy giờ nhỉ?

• 이 일을 마치고 곧 회의가 있습니다.
　▷ Sau khi kết thúc việc này sẽ có cuộc họp ngay.

• 회의에 늦지 말아 주십시오.
　▷ Anh (chị) đừng đến muộn nhé.

- 여기를 주목해 주시겠습니까?
  ▶ Xin hãy lưu ý chỗ này.

- 지금부터 회의를 시작하려 합니다.
  ▶ Bây giờ hội nghị sẽ bắt đầu.

- 오늘의 의제로 들어갈까요?
  ▶ Chúng ta đi vào vấn đề họp bàn ngày hôm nay nhé.

- 그럼, 그 계획에 관해 최종 검토를 시작하겠습니다.
  ▶ Vậy thì, chúng ta sẽ bắt đầu rà soát lần cuối cùng kế hoạch đó.

- 미스터 박, 토의를 시작하도록 할까요?
  ▶ Mr Park, chúng ta bắt đầu thảo luận nhé.

- 미스터 브라운, 당신에게 넘겨 드립니다.
  ▶ Mr Brown, xin chuyển cho anh.

- 본 의제로 들어가겠습니다.
  ▶ Chúng ta sẽ đi vào vấn đề họp bàn chính.

- 다음 주제로 넘어가겠습니다.
  ▶ Chúng ta sẽ chuyển sang chủ đề tiếp theo.

- 그의 설명에 대해 어떻게 생각하십니까?
  ▶ Anh (chị) nghĩ thế nào về lời giải thích của người đó.

- 이 특정 문제에 대해 질문이 있습니까?
  ▶ Có câu hỏi về vấn đề đặc biệt này không?

- 그것에 대해 투표를 합시다.
  ▶ Chúng ta hãy bỏ phiếu về điều này.

- 이 일에 대한 최종 결정은 다수결로 정하겠습니다.
  ▶ Quyết định cuối cùng về vấn đề này sẽ phụ thuộc vào quyết định của đa số.

- 찬성하시는 분은 손을 들어 주십시오.
  ▶ Những người tán thành xin hãy giơ tay.

- 남은 문제는 다음 번 회의에서 토론하도록 합시다.
  ▶ Vấn đề còn lại hãy để thảo luận trong cuộc họp tiếp theo.

• 내일 여기에서 계속합시다.
> Ngày mai hãy tiếp tục tại đây nhé.

✚ 회의 종료

• 회의가 끝났습니다.
> Cuộc họp (hội nghị) đã kết thúc.

• 오늘은 그만 할까요?
> Hôm nay dừng lại ở đây được không?

• 회의 결과가 어떻게 됐어요?
> Kết qủa cuộc họp thế nào?

05 상담

✚ 바이어를 맞이할 때

• 처음 뵙겠습니다.
> Rất hân hạnh được gặp anh (chị).

• 만나서 반갑습니다.
> Rất vui được gặp anh (chị).

• 다시 만나게 되어 기쁩니다.
> Rất vui được gặp lại anh (chị).

• 저희 회사에 와 주셔서 감사합니다.
> Cảm ơn vì đã đến công ty chúng tôi.

• 어젯밤 비행기로 파리에 도착했습니다.
> Tôi đến Pari bằng chuyến bay đêm hôm qua.

• 비행은 어땠습니까?
> Chuyến bay thế nào ạ?

• 장시간의 비행으로 피곤하시겠습니다.
> Anh (chị) có mệt vì chuyến bay dài không?

• 따뜻하게 맞아 주셔서 감사합니다.

▸ Cảm ơn vì đã đón tiếp ân cần.

• 찾아와 주셔서 감사합니다.

▸ Cảm ơn anh (chị) đã đến.

• 전 K사의 기술부에서 근무하고 있습니다.

▸ Tôi làm việc ở bộ phận kỹ thuật của công ty K.

• 명함을 받으십시오.

▸ Xin hãy nhận danh thiếp của tôi.

• 고맙습니다. 여기 있습니다.

▸ Cảm ơn, đây ạ.

• 명함을 주시겠습니까?

▸ Cho tôi xin danh thiếp được không?

• 네, 여기에 있습니다.

▸ Vâng, đây ạ.

➕ 회사를 설명할 때

• 그럼 일에 관한 이야기를 할까요?

▸ Thế, chúng ta nói chuyện công việc nhé?.

• 저희 회사는 업무용 소프트웨어를 전문으로 하고 있습니다.

▸ Công ty chúng tôi là công ty chuyên về phần mềm nghiệp vụ.

• 저희 회사는 각종 혁신적인 서비스로 알려져 있습니다.

▸ Công ty chúng tôi nổi tiếng với các loại dịch vụ mới hiện đại.

➕ 제품을 설명할 때

• 이것이 저희 회사의 신제품입니다.

▸ Đây là sản phẩm mới của công ty chúng tôi.

• 아마 저희 제품을 들어보셨으리라 생각됩니다.

▸ Tôi nghĩ, chắc là anh (chị) đã nghe nói đến sản phẩm của chúng tôi.

• 이것과 비슷한 제품을 사용해본 적이 있으십니까?

▸ Anh (chị) đã từng sử dụng sản phẩm giống như cái này chưa?

• 지난주에 갓 발매되었습니다.

▸ Sản phẩm vừa ra mắt (được tung ra) tuần trước.

• 이게 제품 카달로그입니다.

▸ Đây là catalog sản phẩm.

✚ 구입을 희망할 때

• 이 제품의 특징에 대해 설명해 드리겠습니다.

▸ Tôi xin giới thiệu về đặc thù của sản phẩm.

• 이것은 혁신적인 제품입니다.

▸ Cái này là sản phẩm đổi mới.

• 이 제품은 상당한 수요가 예상됩니다.

▸ Dự kiến nhu cầu về sản phẩm này sẽ rất cao.

• 많은 주목을 받고 있습니다.

▸ Đang được chú ý lắm.

• 다양한 연령층이 사용할 수 있습니다.

▸ Nhiều lứa tuổi đều có thể sử dụng.

• 조작은 매우 간단합니다.

▸ Lắp ráp rất đơn giản.

• 놀라울 정도로 효율이 높습니다.

▸ Hiệu quả cao đến mức đáng ngạc nhiên.

• 분명 만족하실 겁니다.

▸ Chắc chắn sẽ làm anh (chị) hài lòng.

• AS는 충실합니다.

▸ Dịch vụ sau bán hàng (A/S) sẽ rất chu đáo.

✚ 협상할 때

• 가격에 대해서 말씀드리고 싶은데요.

▸ Tôi muốn nói về giá cả ạ.

• 가격에 대해서 어느 정도 생각하십니까?
  ▸ Về giá cả anh (chị) định ở mức bao nhiêu?

• 귀사의 최저가격을 제시하십시오.
  ▸ Hãy cho biết giá thấp nhất của quí công ty.

• 견적을 내 주십시오.
  ▸ Xin hãy cho báo giá.

• 단가는 얼마입니까?
  ▸ Đơn giá là bao nhiêu?

• 그 가격으로는 받아들일 수 없습니다.
  ▸ Tôi không thể chấp nhận giá này.

• 할인을 부탁합니다.
  ▸ Đề nghị giảm giá.

• 지난번 주문과 같은 조건으로 해 주세요.
  ▸ Xin hãy theo điều kiện như lần đặt hàng trước.

• 배송료는 어느 쪽 부담입니까?
  ▸ Chi phí vận chuyển do bên nào chịu ạ?

• 납품은 언제가 되겠습니까?
  ▸ Khi nào sẽ giao hàng ạ?

• 납품은 어느 정도 시간이 걸립니까?
  ▸ Mất khoảng bao nhiêu thời gian để có thể giao hàng?

✚ 결정을 유보할 때

• 죄송하지만 전 결정할 수 없습니다.
  ▸ Xin lỗi nhưng tôi không thể quyết định được.

• 그 문제는 다음 회의로 넘기기로 합시다.
  ▸ Vấn đề này xin chuyển sang lần họp sau.

• 남은 세부 사항들은 다음 회의에서 다루기로 합시다.
  ▸ Những hạng mục chi tiết còn lại hãy để bàn trong cuộc họp
    tiếp theo.

• 확인을 받고 나서 다시 만납시다.
  ▸ Chúng ta hãy gặp nhau sau khi xem xét.

- 다음 협상에서는 더 진전되리라고 믿습니다.
  - ▶ Tôi tin rằng trong lần đàm phán sau sẽ có tiến triển hơn.

- 좀 더 검토가 필요한 점이 있습니다.
  - ▶ Có điểm cần xem xét thêm một chút.

- 그럼, 그것에 대해 생각해 봅시다.
  - ▶ Thế thì, chúng ta hãy suy nghĩ (cân nhắc) về điều đó.

- 부장님의 지시를 받을 때까지 기다려 주십시오.
  - ▶ Xin hãy đợi đến khi nhận được lệnh của trưởng phòng.

- 가격을 검토하려면 좀 더 시간이 필요합니다.
  - ▶ Để xem xét giá cả cần có thêm thời gian.

✚ 조건에 합의할 때

- 좋습니다.
  - ▶ Tốt lắm.

- 좋을 것 같군요.
  - ▶ Có vẻ tốt đấy/ Có lẽ được đấy.

- 저희에게는 좋습니다.
  - ▶ Đối với chúng tôi, tốt đấy.

- 동의합니다.
  - ▶ Tôi đồng ý.

- 우리는 몇 가지 조건을 받아들일 수 있다고 생각합니다.
  - ▶ Chúng tôi nghĩ có thể chấp nhận vài điều kiện.

- 대충 합의가 되었군요.
  - ▶ Chúng ta đã thỏa thuận sơ bộ.

- 모든 점에서 합의가 되었군요.
  - ▶ Đã thỏa thuận được về tất cả các điểm.

- 이 계약은 3년간 유효합니다.
  - ▶ Hợp đồng này có hiệu lực 3 năm.

- 이 조항에 몇 가지 첨가하고 싶은 게 있는데요.
  - ▶ Có mấy điều muốn bổ sung vào hạng mục này.

• 이 조항은 합의한 내용과 다른 것 같습니다.
  ▸ Hạng mục này khác với nội dung đã thỏa thuận.

• 이제 계약에 사인할 수 있을 것 같습니다.
  ▸ Có lẽ giờ có thể ký hợp đồng được rồi.

• 귀사와 합의가 되어서 매우 기쁩니다.
  ▸ Rất vui vì đã thỏa thuận được với quí công ty.

✚ 조건을 거부할 때

• 그것은 동의할 수 없습니다.
  ▸ Điều này, tôi không thể đồng ý được.

• 미안하지만 할 수 없습니다.
  ▸ Xin lỗi nhưng không thể được.

• 할 수 없을 것 같습니다.
  ▸ Có lẽ không thể được.

• 유감입니다만, 그것은 불가능합니다.
  ▸ Đáng tiếc nhưng điều này là không thể được.

• 현 단계에서는 긍정적인 답을 드릴 수 없습니다.
  ▸ Ở giai đoạn hiện nay, tôi chưa thể có câu trả lời khẳng định.

• 동의할 수 없는 몇 가지 점이 있습니다.
  ▸ Có một vài điểm tôi không thể đồng ý.

• 죄송하지만, 당신의 요구에 응할 수 없습니다.
  ▸ Xin lỗi nhưng tôi không thể đáp ứng yêu cầu của anh (chị).

• 글쎄요, 그것은 어려운 문제입니다.
  ▸ Xem nào, đó là một vấn đề khó.

• 타협점을 찾도록 노력해 봅시다.
  ▸ Hãy cố gắng để tìm ra điểm chung có thể thỏa hiệp.

06 납품과 클레임

✚ 납품할 때

- 귀사의 제품에 대해 여쭙고 싶은데요.
  ▶ Tôi có điều muốn hỏi về sản phẩm của quí công ty.

- RC-707은 재고가 있습니까?
  ▶ RC-707 có còn tồn kho không?

- 금요일까지 10대 납품해 줄 수 있습니까?
  ▶ Đến thứ 6 có thể giao 10 chiếc cho chúng tôi được không?

- 언제 납품받을 수 있나요?
  ▶ Bao giờ có thể nhận hàng?

- 가능하면 빨리 필요한데요.
  ▶ Chúng tôi cần càng nhanh càng tốt.

- 다음 주에는 입하할 예정입니다.
  ▶ Dự kiến sẽ chuyển đến vào tuần sau.

✚ 클레임을 제기할 때

- 클레임이 있는데요.
  ▶ Có khiếu nại ạ.

- 클레임 담당자는 누구입니까?
  ▶ Ai phụ trách về khiếu nại của khách hàng?

- 귀사의 제품에 문제가 있습니다.
  ▶ Sản phẩm của quí công ty có vấn đề.

- 책임자와 이야기를 나누고 싶은데요.
  ▶ Tôi muốn trao đổi (nói chuyện) với người phụ trách.

- 주문한 상품이 아직 도착하지 않았습니다.
  ▶ Hàng hóa chúng tôi đã đặt hàng vẫn chưa tới.

- 우리는 이제까지 그 물품들을 인수하지 못했습니다.
  ▶ Đến bây giờ, chúng tôi không thể nhận những hàng hóa đó nữa.

- 주문한 물건이 도착했는데, 1케이스 부족합니다.
  ▶ Sản phẩm đặt hàng đã chuyển tới nhưng thiếu mất một thùng.

- 당장 알아봐 주세요.
  ▶ Hãy tìm hiểu ngay cho chúng tôi.

- 왜 이런 일이 일어났는지 설명해 주세요.
  ▶ Xin hãy giải thích vì sao có chuyện như thế xảy ra.

- 이 일에 대해 우리의 고객들이 불평을 해 오고 있습니다.
  ▶ Khách hàng của chúng ta đang bất bình về việc này.

- 최근에 품질이 급격히 저하되었습니다.
  ▶ Gần đây chất lượng giảm sút nhanh.

✚ 클레임에 대응할 때

- 조사해서 즉시 연락 드리겠습니다.
  ▶ Chúng tôi xin điều tra và sẽ liên lạc lại ngay.

- 당장 조치하겠습니다.
  ▶ Chúng tôi sẽ xử lý ngay.

- 당장 올바른 물건을 보내드리겠습니다.
  ▶ Chúng tôi sẽ gửi hàng hóa đúng qui cách đến ngay.

- 그 문제는 저희들이 처리하겠습니다.
  ▶ Chúng tôi sẽ xử lý vấn đề đó.

- 당장 부족 분을 보내드리겠습니다.
  ▶ Chúng tôi sẽ chuyển ngay phần còn thiếu.

- 곧바로 대체(상)품을 보내드리겠습니다.
  ▶ Chúng tôi sẽ chuyển ngay sản phẩm thay thế.

- 저희들의 착오였습니다.
  ▶ Đó là sai sót của chúng tôi.

- 그 사고는 제 불찰입니다.
  ▶ Sự cố đó là do sơ xuất của tôi.

- 선적이 지연되어 사과 드립니다.
  ▶ Tôi xin lỗi vì chậm tàu biển.

- 폐를 끼쳐드려 죄송합니다.
  ▶ Xin lỗi vì đã làm phiền phức.

- 이제 모든 것을 해결했습니다.
  ▶ Giờ mọi chuyện đã được giải quyết rồi.

- 이것은 귀사의 잘못이지 저희 잘못은 아닙니다.
  ▶ Điều này là lỗi của quí công ty chứ không phải lỗi của chúng tôi.

- 그것은 귀사의 문제라고 생각합니다.
  ▶ Tôi nghĩ đó là vấn đề của quí công ty.

11 학교표현

 **수업시간에**

✚ 질문

- 질문이 있습니다.
  ▶ Em có câu hỏi ạ.

- 오늘은 몇 페이지부터입니까?
  ▶ Hôm nay học từ trang mấy?

- 지난번에 어디까지 하다 끝났지요?
  ▶ Lần trước đã học đến đâu rồi?

- 조 군, 이 문단을 읽기 시작해보겠니?
  ▶ Em Cho, bắt đầu đọc đoạn văn này được chứ?

- "컴퓨터" 를 베트남어로 뭐라고 하죠?
  ▶ "Computer" tiếng Việt gọi là gì?

- "베트남 "를 스페인어로 어떻게 쓰죠?
  ▶ "베트남" viết bằng tiếng Việt thế nào?

- 선생님, 이 줄의 뜻을 모르겠습니다. 설명해 주시겠습니까?
  ▶ Thưa thầy (cô), em không biết nghĩa của dòng này, giải thích cho em được không ạ?

- 선생님, 칠판 글씨가 잘 보이지 않습니다.
  ▶ Thưa thầy (cô), chữ trên bảng không nhìn rõ ạ.

✚ 대답

- 오늘은 10페이지부터입니다.
  ▶ Hôm nay bắt đầu từ bài 10.

- 이번 (학)과는 12페이지 중간부분부터입니다.
  ▶ Bài (buổi học) lần này là từ phần giữa trang 12.

- 이번 (학)과는 15페이지 마지막부분부터입니다.

▶ Bài (buổi học) lần này bắt đầu từ phần cuối cùng trang 15.

- 이번 (학)과는 82페이지 처음부분부터입니다.

▶ Bài (buổi học) lần này từ phần đầu trang 82.

- 22 페이지의 끝에서 10줄부터 시작입니다.

▶ Bắt đầu từ dòng thứ 10 từ cuối trang 22.

- 오늘 (학)과의 71페이지 3번째 문단부터입니다.

▶ Bài (buổi học) lần này từ đoạn văn thứ 3 trang 71.

- 컴퓨터는 베트남어로 "마이 띠잉" 라고 한다.

▶ Computer tiếng Việt gọi là "máy tính".

- 베트남은 베트남어로 "viet nam" 라고 쓴다.

▶ 베트남 iết bằng tiếng Việt là "Việt Nam".

✚ 숙제를 못한 경우

- 죄송합니다. 오늘은 예습을 하지 못했습니다.

▶ Xin lỗi, hôm nay em đã chưa ôn bài trước ạ.

- 다음 시간 숙제는 무엇입니까?

▶ Bài tập của giờ sau là gì ạ?

- 언제까지 저희 숙제를 제출해야 합니까?

▶ Đến bao giờ chúng em phải nộp bài tập ạ?

- 다음 수업까지 몇 페이지를 읽어야 합니까?

▶ Cho đến giờ học sau, chúng em phải đọc mấy trang?

✚ 준비물을 안 가지고 온 경우

- 오늘은 깜빡하고 책을 가져오지 못했습니다.

▶ Hôm nay em quên không mang sách ạ.

- 옆 친구와 책을 같이 봐도 되겠습니까?

▶ Em có thể xem chung sách với bạn bên cạnh được không ạ?

02 학교생활

✚ 소개

- 저는 3학년입니다.
  ▶ Tôi là sinh viên năm thứ 3.

- 저는 베트남어과 학생입니다.
  ▶ Tôi là học sinh khoa Tiếng Việt.

- 하루에 6시간씩 수업이 있습니다.
  ▶ Mỗi ngày tôi có 6 tiếng học trên lớp.

- 그는 한국외대 부속외고 스페인어선생님이십니다.
  ▶ Người đó là thầy giáo tiếng Tây Ban Nha ở trường trung học ngoại ngữ thuộc trường Đại học ngoại ngữ Hàn Quốc

- 그녀는 서울의 한 여자고등학교에서 교편을 잡고 계십니다.
  ▶ Cô ấy đang dạy học ở một trường trung học nữ của Seoul.

- 한국의 고등학교 과정은 3년입니다.
  ▶ Khóa học trung học ở Hàn Quốc là 3 năm.

✚ 교육과정

- 이번 학기는 매우 얽혀 있니[바쁘니]?
  ▶ Học kỳ này rất phức tạp (bận rộn) phải không?

- 이번 학기에 많이 바쁘지 않아.
  ▶ Học kỳ này không bận lắm.

- 이번 학기에 집중[힘든] 과정이 있니?
  ▶ Học kỳ này có giai đoạn tập trung (khó khăn) nào không?

- 지난 3년 동안 너무 힘들었어.
  ▶ 3 năm qua vất vả quá.

- 이번 학기에는 몇 과목을 선택했니?
  ▶ Học kỳ này chọn mấy môn?

- 필수과목이 몇 개니?
  ▶ Có mấy môn bắt buộc?

• 이번 학기에 선택과목이 있니?
  ▶ Học kỳ này có môn tự chọn không?

• 3개는 필수과목이고, 2개는 선택과목이야.
  ▶ 3 môn là môn bắt buộc và 2 môn là môn tự chọn.

• 넌 베트남어 작문수업 선택했니?
  ▶ Bạn đã chọn môn viết tiếng Việt chưa?

• 베트남 문화는 필수냐 선택이냐?
  ▶ Văn hóa Việt nam là môn bắt buộc hay tự chọn?

• 넌 너무 수업이 많은 것 같다.
  ▶ Có vẻ như bạn có nhiều giờ học quá.

• 네가 이번 학기에는 수업이 많지 않은 것 같다.
  ▶ Có vẻ như học kỳ này bạn không có nhiều giờ học.

• 네 총 학점은 충분하니?
  ▶ Tổng số tín chỉ của bạn đã đủ chưa?

• 넌 이번 학기에 많은 과목을 선택하지 않았더라, 왜?
  ▶ Học kỳ này bạn không chọn nhiều môn nhỉ, sao thế?

• 난 졸업을 위한 한 학기만 남았다.
  ▶ Tôi chỉ còn một học kỳ nữa là tốt nghiệp.

• 난 한국외대에서 베트남어 학사과정을 밟을 것이다.
  ▶ Tôi sẽ theo khóa học đại học tiếng Việt ở trường đại học
    ngoại ngữ Hàn Quốc.

• 난 내년에 베트남어 언어학 박사과정을 시작하고 싶다.
  ▶ Sang năm tôi muốn bắt đầu khóa học tiến sỹ ngôn ngữ học
    tiếng Việt.

• 난 스탠포드 대학에서 대학원과정을 밟을 것이다.
  ▶ Tôi sẽ theo học khóa học cao học ở trường đại học ở
    Stanford.

• 난 외국에서 공부하기 위해서 아마도 장학금을 받을 것이다.
  ▶ Có lẽ tôi sẽ nhận được học bổng đi du học.

✚ 학교생활 말하기

- 몇 학년이지?
  ▸ Năm thứ mấy rồi?

- 수업은 매일 몇 시간씩 있습니까?
  ▸ Giờ học, mỗi ngày mấy tiết?

- 제가 오늘 수업 가지 못할 수 있습니다.
  ▸ Có thể hôm nay em không đến lớp học được.

- 제가 오늘 수업에 빠질 수 있습니까?
  ▸ Hôm nay em nghỉ học được không?

- 내일까지 (빠지는 것을) 허락해 주십시오.
  ▸ Xin hãy cho phép em (nghỉ học) đến ngày mai.

- 그녀는 저와 같은 학년입니다.
  ▸ Cô ấy học cùng khóa với tôi.

- 너희 학교에서는 모든 과목이 필수이수과목이니?
  ▸ Ở trường của bạn tất cả các môn là môn bắt buộc ư?

- 아니 몇 과목은 선택과목이야.
  ▸ Không, có mấy môn là môn tự chọn.

- 수업시간들 사이에 10분씩의 휴식시간이 있습니다.
  ▸ Giữa các giờ học có 10 phút nghỉ.

- 졸업장은 350명 학생들에게 수여됩니다.
  ▸ Bằng tốt nghiệp được phát cho 350 sinh viên.

- 10월 10일은 우리학교 창립 5주년임으로 쉽니다.
  ▸ Ngày 10 tháng 10 được nghỉ vì là ngày kỷ niệm 5 năm thành lập trường.

- 박 선생님이 결근하셨기 때문에, 오늘은 휴강입니다.
  ▸ Thầy Park không đi làm vì vậy hôm nay được nghỉ học.

- 이 선생님이 출장을 가셔야 하기 때문에, 6교시 스페인어 수업을 4교시로 앞당깁니다.
  ▸ Thầy Lee phải đi công tác vì vậy giờ học tiếng Việt tiết 6 sẽ chuyển lên tiết 4.

- 방학은 언제 시작합니까?
  ▸ Kỳ nghỉ bắt đầu từ khi nào?

• 7월 15일부터입니다.
> Từ 15 tháng 7.

• 방학은 몇 일간입니까?
> Kỳ nghỉ trong mấy ngày?

• 55일간입니다.
> Nghỉ trong 55 ngày.

✚ 성적관련 말하기

• 제 성적을 알고 싶습니다.
> Tôi muốn biết kết quả học tập của tôi.

• 제게 성적을 말씀해 주실 수 있습니까?
> Có thể cho tôi biết kết quả học tập được không?

• 성적의 평균은 어떻게 됩니까?
> Điểm bình quân thế nào ạ?

• 제 성적에 관해 선생님과 상담을 할 수 있습니까?
> Em có thể trao đổi với thầy (cô) về kết quả học tập được không?

• 반에서 성적 A를 받은 학생은 몇 명입니까?
> Trong lớp có mấy sinh viên được kết quả A?

• 그는 반에서 공부를 가장 잘하는 학생입니다.
> Người đó là sinh viên học giỏi nhất trong lớp.

• 그는 학생들 중에 공부를 가장 못합니다.
> Người đó học kém nhất trong các sinh viên.

• 그녀는 일등을 했습니다.
> Cô ấy đã đứng thứ nhất.

• 그녀는 우등생입니다.
> Cô ấy là sinh viên ưu tú.

• 그는 장학생이 되었습니다.
> Người đó trở thành sinh viên được học bổng.

• 그녀는 과락(학)생입니다.
> Cô ấy là học sinh bị thi lại (bị thi trượt).

- 시험을 잘 쳤습니다.
  ▸ Làm bài thi tốt lắm.

- 시험을 망쳤습니다.
  ▸ Làm bài thi kém (dở) lắm

✚ 시험관련 말하기

- 언제 시험입니까?
  ▸ Bao giờ thi?

- 시험에 무엇이 들어갑니까?
  ▸ Đề thi có nội dung gì?

- 저희가 시험을 위해 무엇을 공부(복습)하기를 바라십니까?
  ▸ Thầy muốn chúng em học (ôn) cái gì cho kỳ thi?

- 시험은 얼마 동안 봅니까?
  ▸ Sẽ thi trong bao lâu ạ?

- 공부(복습)할 과가 있습니까?
  ▸ Có bài học (bài ôn) không ạ?

- 공부를 해야겠다.
  ▸ Phải học thôi.

- 공부를 해야만 한다.
  ▸ Phải học mới được.

- 영어를 복습해야 한다.
  ▸ Phải ôn tập tiếng Anh.

- 난 수학과 씨름을 해야 한다.
  ▸ Tôi phải đánh vật với môn toán học.

- 난 기말고사 바로 전에라도 도움을 필요하다.
  ▸ Tôi cần sự giúp đỡ kể cả là ngay trước kỳ thi cuối học kỳ.

- 기말고사 바로 전에는 노력을 해야만 한다.
  ▸ Ngay trước kỳ thi học kỳ, phải cố gắng nỗ lực mới được

- 기말고사 잘 준비했니?
  ▸ Đã chuẩn bị tốt kỳ thi cuối kỳ chưa?

• 난 준비할 시간이 없었다.
> Tôi không có thời gian chuẩn bị.

• 이번 토요일의 영어시험 준비 다했니?
> Đã chuẩn bị xong cho kỳ thi tiếng Anh thứ bảy tuần này chưa?

• 시험에 합격했습니까?
> Thi đã đỗ chưa?

• 몇 점을 받았니?
> Được mấy điểm?

• 어떻게 그렇게 좋은 학점을 받을 수 있었니?
> Làm thế nào mà đạt thành tích học tập tốt thế?

• 베트남어 시험의 학점은 어떻게 돼?
> Kết quả thi môn tiếng Việt thế nào?

• 난 이 시험에서 A+를 받았다.
> Tôi được điểm A+ môn thi này.

• 난 이번 시험이 매우 어려웠다고 들었다.
> Tôi nghe nói kỳ thi lần này rất khó.

• 난 내가 왜 이 과목을 선택했는지 모르겠다.
> Tôi không biết vì sao tôi lại chọn môn này.

• 난 이 시험에서 낙제를 했다.
> Tôi đã bị trượt môn thi này.

• 시험은 매우 어려웠고, 우리 그룹의 반 이상이 낙제를 했다.
> Thi khó quá, hơn một nửa nhóm chúng tôi bị trượt.

• 합격점은 몇 점입니까?
> Điểm đỗ là mấy điểm?

• 플렉스(FLEX) 1급 받는 것이 어렵니?
> Để lấy được cấp 1 FLEX có khó không?

• 이 시험 시간은 얼마나 줍니까?
> Thời gian thi môn này là bao lâu ạ?

✚ 전공 말하기

- 네 전공이 뭐니?
  ▸ Chuyên ngành của bạn là gì?

- 넌 무슨 전공을 공부하니?
  ▸ Bạn học chuyên ngành gì?

- 어떤 분야에서 너는 전공을 하고 있니?
  ▸ Bạn đang học chuyên về lĩnh vực gì?

- 넌 뭘 공부할 꺼니?
  ▸ Bạn sẽ học cái gì?

- 네 졸업 논문의 제목은 뭐니?
  ▸ Tiêu đề luận văn tốt nghiệp của bạn là gì?

- 이 주제에 관해 네가 논문을 쓰는 것은 쉽지 않다.
  ▸ Viết luận văn về chủ đề này không dễ đâu.

- 내 전공은 베트남어 어학이다.
  ▸ Chuyên ngành của tôi là Tiếng Việt.

- 난 베트남 문학을 공부하고 있다.
  ▸ Tôi đang học Văn học Việt Nam.

- 나의 전공은 고고학이다.
  ▸ Chuyên ngành của tôi là khảo cổ học.

✚ 입학관련 말하기

- 이 학교는 필기 시험에 따라 입학이 허가 됩니다.
  ▸ Trường này cho phép nhập học tùy theo kết qủa thi viết.

- 작년에는 지원자 3000만명 중에서 350만 합격하였습니다.
  ▸ Năm ngoái đã có 35 ngàn người đỗ trong số 3 triệu thí sinh.

- 이 고등학교에 입학하려면 중학교 과정을 이수해야 합니다.
  ▸ Để đỗ vào trường trung học này phải học qua khóa học phổ thông cấp 2.

✚ 도서관

- 도서대출카드를 신청하고 싶습니다.
  ▶ Tôi muốn đăng ký thẻ mượn sách thư viện.

- 도서관대출카드를 신청해야 합니까?
  ▶ Phải đăng ký thẻ mượn sách thư viện phải không?

- 도서 목록표를 어떻게 사용하는지 말씀해 주실 수 있습니까?
  ▶ Chỉ cho tôi cách sử dụng thẻ mục lục sách như thế nào được không?

- 이 잡지들을 빌릴 수 있습니까?
  ▶ Có thể mượn các tạp chí này được không?

- 대출은 되지 않습니다. 그러나 원하는 기사를 복사할 수 있습니다.
  ▶ Mượn thì không được nhưng có thể phô tô nội dung anh (chị) cần.

- 최근 출간된 것이 있습니까?
  ▶ Có sách mới xuất bản gần đây không?

- 베트남 역사책을 빌릴 수 있습니까?
  ▶ Tôi có thể mượn sách lịch sử Việt Nam được không?

- 저는 과학에 관한 책을 찾고 싶습니다.
  ▶ Tôi muốn tìm sách về khoa học.

- 죄송합니다. 그 책은 이미 대출되었습니다.
  ▶ Xin lỗi, sách đó đã được (người khác) mượn rồi.

- 죄송합니다. 당신이 원하는 책을 저희는 찾을 수 없습니다.
  ▶ Xin lỗi, chúng tôi không tìm được sách mà anh(chị) cần.

- 제게 "AP Spanish"에 관한 책을 한 권 추천해 주실 수 있나요?
  ▶ Giới thiệu cho tôi một cuốn sách liên quan đến "AP Spanish" được không.

- 네게 이 책장들에서 책들을 어떻게 찾는지 알려주실 수 있습니까?
  ▶ Bảo cho tôi cách tìm sách ở các giá sách này thế nào được không?

- 저는 책장들에서 그 책을 찾을 수 없습니다.
  ▶ Tôi không thể tìm được cuốn sách đó ở trên các giá sách?

- 언제 이 책을 반납해야 합니까?

▶ Khi nào phải trả sách này?

• 제가 얼마 동안 이 책을 빌릴 수 있습니까?
▶ Tôi có thể mượn sách này trong bao lâu?

• 오늘부터 한달 기한입니다.
▶ Kỳ hạn một tháng tính từ hôm nay.

• 만약 기한 날짜 전에 반납을 하지 않는다면, 벌금을 내야만 한다.
▶ Nếu không trả trước ngày đến hạn sẽ phải nộp tiền phạt.

• 한번에 몇 권의 책을 빌릴 수 있습니까?
▶ Mỗi lần có thể mượn mấy cuốn sách?

• 대학원생들은 한번에 10권을 빌릴 수 있습니다.
▶ Học viên cao học mỗi lần có thể mượn 10 cuốn.

• 저는 한 달 더 이 책을 빌리고 싶습니다.
▶ Tôi muốn mượn cuốn sách này thêm một tháng nữa.

• 날짜를 늘이기 위해서는 어떻게 해야합니까?
▶ Phải làm thế nào để gia hạn mượn sách?

• 기한 날짜가 도달했을 때, 다시 재 대출을 할 수 있습니다.
▶ Khi đến kỳ hạn, anh (chị) có thể mượn lại.

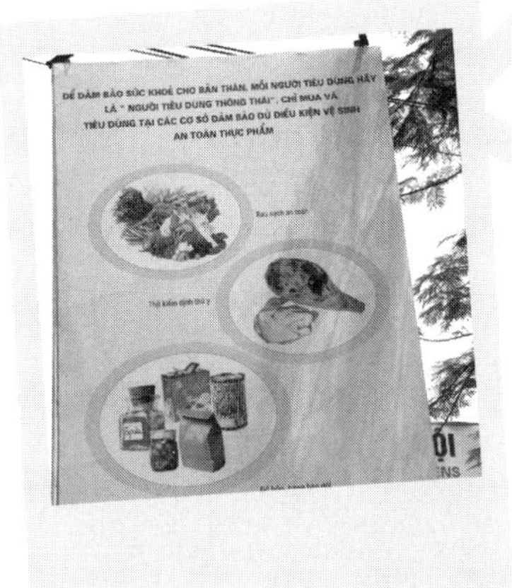

ĐỂ ĐẢM BẢO SỨC KHOẺ CHO BẢN THÂN, MỖI NGƯỜI TIÊU DÙNG HÃY
LÀ " NGƯỜI TIÊU DÙNG THÔNG THÁI", CHỈ MUA VÀ
TIÊU DÙNG TẠI CÁC CƠ SỞ ĐẢM BẢO ĐỦ ĐIỀU KIỆN VỆ SINH
AN TOÀN THỰC PHẨM